INSIGHT PUBLICA®

INSIGHT PUBLICA
Nadakkavu, Kozhikode, Kerala
www.insightpublica.com
e-mail: insightpublica@gmail.com
Kerala Padavali
(Malayalam)
Sukethu
First Edition: April 2019

ISBN 978-93-87398-86-3

കേരള പാഠാവലി

സുകേതു

INSIGHT PUBLICA®

അധ്യാപകൻ.

പ്രസിദ്ധീകരിച്ച കൃതികൾ: ജീവിതത്തിലേയ്ക്ക് പോകുന്ന ഒരു വണ്ടി./ ഒന്നുമറിയുന്നില്ല./ ഇങ്ങനെയും. /എന്റെഴുത്ത്. /തെരഞ്ഞെടുത്ത കഥകൾ./ ഉടുമ്പെഴുത്ത്./

ഭാര്യ : അജിത, മക്കൾ- സുമന്ത്രൻ, ഭൈമി.

വിലാസം: വണ്ടിത്താവളം. പാലക്കാട് 678 534.

സുകേതു

സുകേതു

ഡോ. പി.ആർ. ജയശീലൻ

ഭൂമിയിൽ പിറന്നുവീണ മനുഷ്യർക്കൊന്നും വലിപ്പചെറുപ്പങ്ങളില്ല. അവന്റെയോ അവളുടെയൊ പറച്ചിലിനോ എഴുത്തിനോ പോലും. എഴുത്തിനെ നിർണയിക്കുന്നത് എന്ത് എന്ന് ചോദിക്കുമ്പോൾ അത് മനുഷ്യബന്ധങ്ങളും ഒപ്പം മനുഷ്യജീവിതത്തെ സംബന്ധിച്ചുള്ള ആധിയും ആണ് എന്ന് പറയേണ്ടിവരും. എന്താണിത്ര ആധി? ആദിയിൽ ഇതുണ്ടായിരുന്നില്ലല്ലോ എന്ന് വി.കെ.എൻ ഹാസ്യരൂപത്തിൽ ചോദിച്ചതും ഇതുതന്നെയാണ്.

നാം കാണിക്കുന്ന സന്തോഷങ്ങളെല്ലാം പുറംമോടികൾ മാത്രമാണ്. ഉത്സവങ്ങളെല്ലാം നമുക്ക് ഉത്സാഹം തരുമെന്ന് പറയുന്നത് വെറുതെയാണ്. അവിടെ മനുഷ്യരുടെ കൂട്ടായ്മയുണ്ടാകുമെന്നും നമ്മൾ വെറുതെ പറഞ്ഞുവെച്ചു. വർത്തമാനകാലത്ത് നാം കാണിച്ചുകൂട്ടുന്ന പെരുമാറ്റരീതികളിലെല്ലാം പുറംമോടിയുടെ മനം മടുപ്പിക്കുന്ന ഒരു സ്വഭാവമുണ്ട്. യഥാർത്ഥ മനുഷ്യജീവിതമോ മനുഷ്യബന്ധങ്ങളോ നമുക്ക് കണ്ടെത്താൻ കഴിയാതെ വരുന്നു. പുറംമോടികളുടെ സമൃദ്ധിയിൽ കപടസ്വപ്നാടനക്കാരായി നാം പുലരുന്നു!

സുകേതുവിനെ പരിചയപ്പെട്ട കാലംമുതൽക്ക് ഞാൻ രണ്ടു കാര്യങ്ങൾ നിരീക്ഷിക്കാറുണ്ട്. ഒന്ന്, സുകേതുവിന്റെ പ്രവൃത്തികളെ, മറ്റൊന്ന് സുകേതുവിന്റെ എഴുത്തിനെ, രണ്ടും തികച്ചും വ്യത്യസ്തമാണ്.

സാധാരണ ഏതൊരാളെക്കുറിച്ചു പറയുമ്പോഴുമുള്ള വ്യത്യസ്തതയല്ല ഈ വ്യത്യസ്തത മറിച്ച് തന്റെ പെരുമാറ്റം, പ്രവൃത്തികൾ, അദ്ധ്യാപനം, എഴുത്ത്, പൊതു സമൂഹത്തോടുള്ള ഇടപെടൽ ഇതിലെല്ലാം സുകേതുവിന് സുകേതുവിന്റേതു മാത്രമായ മുദ്രയുണ്ട്. ഇത്രയും പറഞ്ഞ് സുകേതുവിനെ വ്യത്യസ്തനാക്കാൻ ശ്രമിക്കുകയല്ല.

സുകേതു ഏറെ സാധാരണക്കാരനാണ്. ഉപരിപ്ലവവും കപടവും ആയ ജീവിതനാടകങ്ങളിൽ അഭിരമിക്കുന്ന നമുക്ക് സുകേതു വ്യത്യസ്തനാണ് എന്ന് തോന്നുകയാണ്.

സുകേതുവിനെ കുറിച്ച് എന്റെ അപൂർവ്വം അടുപ്പമുള്ളവരോടൊക്കെ പറയാറുണ്ട്. സംഭാഷണത്തിനിടയിൽ എന്റെ ഏറ്റവും അടുപ്പമുള്ള ചങ്ങാതി പറയുകയുണ്ടായി..

'അയാൾക്കൊരു മൂങ്ങയുടെ ഭാവമാണ്.' സുകേതുവിനെ കുറിച്ച് പിന്നെ ഏറെ കൂടുതലൊന്നും അവനോ അവളോ പറഞ്ഞതുമില്ല. എന്നെ വല്ലാതെ ചിന്തിപ്പിച്ച ഒന്നായിരുന്നു അത്. ഏത് ജന്മത്തിലെ സ്പർശനമാണ് അബോധത്തിലെങ്കിലും അവനെക്കൊണ്ട്/ അവളെക്കൊണ്ട് അത് പറയിപ്പിച്ചത്.

എവിടെ ഇരിക്കുമ്പോഴും അധികമൊന്നും പറയാത്ത എന്നാൽ തികച്ചും ജാഗരൂകമായ ഒരവസ്ഥ മൂങ്ങയ്ക്കുണ്ട്. ഒപ്പം പകൽ വെളിച്ചത്തിൽ അതിന് കാഴ്ചയും കുറവാണ്. പുറത്തുനിന്നും തീവ്ര പ്രകാശം അതിന്റെ കാഴ്ചയെ മന്ദീഭവിപ്പിക്കുമത്രെ. പകലിലെ വർത്തമാനകാല അലോസരങ്ങളെ മുഴുവൻ സാവധാനം നിരീക്ഷിക്കുകയും അതുണ്ടാക്കിയെടുക്കുന്ന രാത്രിയുടെ ഇരുട്ടുകളെ കീറിമുറിച്ച് മുന്നോട്ടു പോവുകയും ചെയ്യുന്ന തീവ്രമായ സംവേദനങ്ങളാണ് സുകേതുവിന്റെ എഴുത്തുകളോരോന്നും.

ഇത്രയും പറഞ്ഞവസാനിപ്പിക്കുന്നതിനു മുമ്പ് മറ്റൊരു കവിയുടെ മനുഷ്യബന്ധത്തെക്കുറിച്ചുകൂടി പറയട്ടെ, കുമാരനാശാനാണത്. ആശാന്റെ ചണ്ഡാലഭിക്ഷുകിയിൽ ഇന്ന് നമ്മളൊക്കെ നിരന്തരം എടുത്തുപയോഗിക്കുന്ന രണ്ടുവരികളുണ്ട്. ബുദ്ധഭിക്ഷു ചണ്ഡാലസ്ത്രീയോട് വെള്ളം ചോദിക്കുന്ന ഭാഗമാണത്-

'ജാതി ചോദിക്കുന്നില്ല ഞാൻ സോദരി-
ചോദിക്കുന്നു നീർ നാവുവരണ്ടഹോ
ഭീതി വേണ്ട തരികതെനിക്കു നീ.'

ഞാൻ നിന്റെ ജാതിയല്ല ചോദിക്കുന്നത്. ജലമാണ്, ജീവജലമാണ്. ഇതൊരു ജൈവബോധമാണ്. പിൽക്കാലത്ത് ഇത് ഏറ്റവും വലിയ നവോത്ഥാന ചിന്തയായി മാറുന്നുണ്ടെങ്കിലും അത് രണ്ട് വ്യക്തികൾക്കിടയിലെ ഷെയറിംഗ് ആണ്, പങ്കുവെയ്ക്കൽ ആണ്. നമുക്ക് വെള്ളമോ, ഭക്ഷണമോ, ശരീരമോ പങ്ക് വെയ്ക്കുന്നതിന് ജാതി ഒരു തടസ്സമല്ല. സ്നേഹം മാത്രം മതി എന്നാണ്, ആശാൻ ഏറ്റവും വലിയ സ്നേഹജീവിതോപാസകനും സ്നേഹഗായകനും ഒക്കെ ആണ്. അവിടെ പറയുന്നതിനും പ്രവർത്തിക്കുന്നതിനും വിലക്കുകളില്ല. അത് അത് രണ്ട് വ്യക്തികൾക്കിടയിലെ അതിരുകളില്ലാത്ത മഹത്തായ സ്നേഹമാണ്, സ്വാതന്ത്ര്യമാണ്.

എഴുത്ത് രൂപപരമായി, കവിതയാകാം, കഥയാകാം ഏതെന്ന് നിർണയിക്കപ്പെടാൻ കഴിയാത്തതാകാം, ഏതായാലും സുകേതുവിന്റെ ജീവിതത്തിനും എഴുത്തിനും അകത്ത് ആദിമമായ ഈ ജൈവാംശമുണ്ട്.

മനസ്സിനകത്തെ മനുഷ്യസത്ത തന്നെയാണ് സ്വാതന്ത്ര്യവും സ്നേഹവും 'അത്'' എന്ന പേരിൽ ഉള്ള സുകേതുവിന്റെ എഴുത്ത് ഇങ്ങനെയാണ്.

അകത്ത് സ്നേഹമുണ്ടെങ്കിൽ- സത്യസ്നേഹം
അത് നിങ്ങളിൽനിന്നും
നിങ്ങൾ പോലുമറിയാതെ
കവിഞ്ഞുമറിയും
വഴിഞ്ഞൊഴുകും
അവിടെപ്പിന്നെ രക്തവും ബന്ധവുമില്ല
മനുഷ്യ-മനുഷ്യേതരവുമില്ല
അല്ലാത്തതെല്ലാം
പൊള്ളയാണ് ചങ്ങാതീ...

ഉള്ളടക്കം

ആലിലക്കണ്ണാ...

അടിയന്തിരാവസ്ഥ! എന്തായിരുന്നു അത്? അന്നു ഞാൻ ആറിൽ പഠിക്കുന്നു. 'പേടികൂടിയ ഒരു കാലം,' അത്രയേ അറിയൂ. ആരും സംസാരിക്കുന്നില്ല. ചിരിക്കുന്നില്ല, സ്കൂളിലും ഇതുതന്നെ സ്ഥിതി. നോട്ടുബുക്കിന്റെ പുറം ചട്ടയിൽ നാവടക്കൂ... പണിയെടുക്കൂ... 'ഒപ്പം ഇന്ദിരാപ്രിയദർശിനിയുടെ ഡാകിനിച്ചിരിയും. രണ്ടും കാണുമ്പം പഠിക്കാനും തോന്നില്ല, വെറുപ്പല്ലാതെ. മോനേ... ആരെന്തു ചോദിച്ചാലും എനിക്കറിയില്ല എന്നേ പറയാവൂ...'

അമ്മ ഇങ്ങനെ ഓർമ്മിപ്പിച്ചുകൊണ്ടേയിരിക്കും. അതിന്റെ രഹസ്യം പിന്നീടാണ് പിടികിട്ടിയത്. ഞങ്ങളുടെ വീട് ഒരു ഒളിത്താവളമായിരുന്നു. താടിയും മുടിയും നീട്ടിയ കുറേ മാമന്മാർ മാറിമാറി വരും. ഞങ്ങളുടെ അകത്തായിരുന്നു അവരുടെ ഊണും ഉറക്കവും. ഒളിച്ചാം പൊത്ത് കളിക്കുമ്പോഴൊക്കെ ഞാനവരെ കണ്ടിട്ടുണ്ട്. അടുത്തു കണ്ടിട്ടുണ്ട്, ഒന്നും മിണ്ടില്ല. ഇമയനക്കാതെ എത്രനേരം വേണമെങ്കിലും തുറിച്ചുനോക്കും. 'നക്സൽ' എന്ന വാക്ക് അക്കാലത്താണ് എനിക്ക് കിട്ടിയത്. നാടുനന്നാക്കാൻ ഒരുങ്ങിപ്പുറപ്പെട്ടവർ. ഏട്ടന്റെ[1] ചങ്ങാതിമാർ..

ഒരു നട്ടപ്പാതിരയ്ക്ക് വാതിലിൽ തെരുതെരെമുട്ട്. ചാണക കോലായിലൂടെ ആരൊക്കെയോ കാലുരച്ച് നടക്കുന്നുണ്ട്.

---

1 വി.സി ശ്രീജൻ

അച്ഛൻ എഴുന്നേൽക്കാൻ ശ്രമിക്കുമ്പോൾ അമ്മ അടക്കം പറഞ്ഞു കൊണ്ട് അച്ഛനെ കിടക്കപ്പായിലേക്കുതന്നെ അമർത്തിപ്പിടിക്കുന്നു. അമ്മയെ സമാധാനിപ്പിച്ചശേഷം അച്ഛൻ എഴുന്നേറ്റു ചെന്ന് കതക് പകുക്കുമ്പോൾ കനൽവിഴുങ്ങിയ കണ്ണുകളോടെ ഞങ്ങൾ പാളിനോക്കുന്നു. അവർ അഞ്ചാറു പേരുണ്ട്. അച്ഛനുമായി സംസാരിക്കുകയാണ്. ഏട്ടനെയും കൂട്ടി പടിയിറങ്ങുകയാണ്. അന്ന് കതകടച്ചില്ല. അച്ഛനുറങ്ങിയില്ല. അങ്ങോട്ടുമിങ്ങോട്ടും നടന്നു തീർക്കുകയായിരുന്നു ബാക്കിയുള്ള രാത്രിയെ.

വന്നത് പോലീസുകാരായിരുന്നു.

പിറ്റേന്ന് കേട്ടു. ഞെട്ടിക്കുന്ന വാർത്തകൾ. കക്കയം... രാജൻ... ഉരുട്ടൽ... ഈച്ചര വാര്യർ... ഒരായുസ്സു മുഴുവൻ കരഞ്ഞുതീർത്തിട്ടും കരുണ കാണിക്കാത്ത കരുണാകരന്റെ നിറചിരിയിൽ കൊലച്ചിരികണ്ടു. കരിങ്കാലിയെന്നും കൊലയാളിയെന്നും പേരിട്ട് കോലം കത്തിച്ചു. കലിയടങ്ങിയില്ല. കലിയടങ്ങുന്നേയില്ല.

എന്നാലിന്നോ?

എല്ലാം മറന്നില്ലേ ഞാൻ. അതും എത്രപെട്ടെന്ന്.

'ഫ്ഥ പൊലയാടിമോനേ'ന്ന് വിളിച്ച പുലിക്കോടൻ എന്റെ കൺകണ്ട ദൈവം! കരുണാകരൻ എന്നു കേട്ടാലോ? ഓടിച്ചെന്നെടുക്കാൻ തോന്നും. മടിയിലിരുത്തി കൊഞ്ചിക്കാൻ തോന്നും. വാരിയെടുത്ത് ആപാദചൂഡം ഉമ്മയിൽ പൊതിയാൻ തോന്നും... അത്രയ്ക്ക് ഓമനത്തം!

എന്റെ ആലിലക്കണ്ണാ...

●

ബസ്സ്റ്റോപ്പ്

ആദ്യം അങ്ങനെയായിരുന്നു. കൈ നീട്ടുന്നിടത്ത് ബസ്സ് നിൽക്കും പിന്നെയൊരു ദിവസം ആരോ ഒരാൾ തുടങ്ങി വെച്ചു:

'മോനേ... കറുവൻ വൈദ്യരെ പീടേന്റട്ത്ത് ഒന്നു നിർത്തണേ...'

അങ്ങനെ ആദ്യത്തെ ബസ് സ്റ്റോപ്പുണ്ടായി. അകത്തുനിന്നു കണ്ടക്ടറും ചവിട്ടുപടിയിൽ നിന്ന് ക്ലീനറും ഉച്ചത്തിൽ വിളിച്ചുപറഞ്ഞു:

'വൈദ്യരെ പീട്യ... വൈദ്യരെ പീട്യ...

മാവിൻചോട്... മാവിൻചോട്...

കള്ള്ഷാപ്പ്... കള്ള്ഷാപ്പ്...

വളവ്... വളവ്...

വായനശാല... വായനശാല...'

നാലാള് കൂടുന്നിടം നാൽക്കവലയായി. അവിടെ ശീമക്കൊന്നയുടെ കാല് നാട്ടി. അത് പിന്നെ പന്തലായി. അതിനകത്ത് കുന്തിച്ചിരുന്നു. അപ്പുറത്തും ഇപ്പുറത്തും രണ്ട് ചെങ്കല്ല് വെച്ച് അതിൻമീതെ ഇലക്ട്രിക്ക് പോസ്റ്റിന്റെ തുണ്ട് കിടത്തിയിട്ടപ്പോൾ, യാത്രക്കാർ നിവർന്നിരിക്കാൻ തുടങ്ങി.

കാലത്തിന്റെ മാറ്റത്തിനനുസരിച്ച് ബസ്റ്റോപ്പും മാറി. ശീമക്കൊന്നയ്ക്ക് പകരം കവുങ്ങിന്റെ തൂണ് കുഴിച്ചിട്ടു. ചെതല് പിടിക്കാതിരിക്കാൻ കരിഓയില് തേച്ചു. ഉത്തരവും കഴുക്കോലും തെങ്ങിന്റേത്... പട്ടിക തല്ലി ഓടിട്ടു.

'അഴീക്കോടൻ സ്മാരക ബസ്ഷെൽട്ടർ' എന്റെ ഓർമ്മയിലെ ആദ്യത്തെ ചുവന്ന ബസ്റ്റോപ്പായിരുന്നു. മരിച്ചാലും മറക്കില്ലത്. ആ മഹാസംഭവം. തലമൂത്ത നേതാവായിരുന്നു തറക്കല്ലിട്ടതും ഉദ്ഘാടനം ചെയ്തതും. നാടമുറിച്ച് അദ്ദേഹം പറഞ്ഞ വാക്കുകൾ ഇപ്പോഴും എന്റെ ചെവിയിലുണ്ട്. അതിനുശേഷം നാട്ടിലങ്ങോളമി ങ്ങോളം അടിത്തറയുള്ള ഒരുപാട് ബസ്റ്റോപ്പുകളുണ്ടായി. വീടുപണി യുടെ ഗൗരവത്തോടെ തന്നെ, അമ്പുപ്പെരുന്തേരിയും ഗോവിന്ദനാശാ രിയും ചേർന്ന് ബസ്റ്റോപ്പുകൾ പണിതു. നാട്ടിൽ രക്തസാക്ഷികളുടെ എണ്ണം പെരുകി. പെരുന്തേരിക്കും ആശാരിക്കും നിന്നുതിരിയാൻ നേരമില്ലാതായി.

കാലം കറുവൻ വൈദ്യരെ കൊണ്ടുപോയി. വിദേശ മദ്യത്തിന്റെ വരവ് കള്ളുഷാപ്പിന്റെ കോലം മാറ്റി. പൊതുജന വായനശാല ഇടിഞ്ഞുപൊളിഞ്ഞു വീണു. റോഡുകൾക്ക് വീതി കൂട്ടിയപ്പോൾ വളവുകൾ അപ്രത്യക്ഷമായി. എവിടെ നോക്കിയാലും ബസ് സ്റ്റോ പ്പുകൾ! ഇടതുവശം ചേർന്ന് കമ്മ്യൂണിസ്റ്റ് ബസ്റ്റോപ്പ്. അപ്പുറത്ത് കോൺഗ്രസ്സ് സ്റ്റോപ്പ്.

ഭരണംമാറി. ചെങ്കോട്ടയിൽ കാവിക്കൊടി പാറി. ഭാഷ സംസ്കൃ തത്തിലായി. ദൈവങ്ങൾ കൂട്ടത്തോടെ തെരുവിലിറങ്ങി. പുരാണക ഥാപാത്രങ്ങളെല്ലാം ആരുടെയോ കസ്റ്റഡിയിലായി. ഇടതിന്റെയും വലതിന്റെയും നടുക്ക് ദേവരഥം പോലൊരു ബസ്റ്റോപ്പ് വന്നു. പശ്ചാ ത്തലത്തിൽ സിംഹവും ദുർഗ്ഗയും അലറി. ശ്രീരാമനും ശിവജിയും വിവേകാനന്ദനും കട്ടൗട്ടുകളായി! റോഡുവക്കിലെ പലമരങ്ങളും രാത്രിരാമാനം അമ്പലങ്ങളായി വളർന്നു.

മരങ്ങളില്ലാത്തിടത്ത് കല്ലുകൾ പ്രതിഷ്ഠിച്ചു. നാട്ടിൽ ലോട്ടറിവിറ്റ് നടന്നവർ പൂജാരിയായി. നിലവിലുള്ള ക്ഷേത്രങ്ങളെല്ലാം പുതുക്കി പ്പണിതു. പുനരുദ്ധാരണമെന്നും അഷ്ടബന്ധകലശമെന്നും അതിനു പേരിട്ടു.

വീട്ടിൽ ചൊറികുത്തിയിരുന്ന പണിക്കരദ്ദേഹം രാശിപ്പലക റീപോളീഷ് ചെയ്ത് സ്റ്റേഡിയം കോംപ്ലക്സിലെ വാടകമുറിയിലേക്കു താമസം മാറ്റി. മകൻ കമ്പ്യൂട്ടറിലും കവിടിനിരത്തി.

റോഡിന് വീതിപോരാ... വീതിപോരാ... ജനം പരാതിപ്പെട്ടു.

ദാ, വരുന്നു ജെ സീ ബി, ജുറാസിക്ക് പാർക്കിലെ ജീവിയെ പ്പോലെ! പഴയ ബസ്സ്റ്റോപ്പുകളുടെ എല്ലും കൊട്ടും തല്ലിയുടച്ച് അണ്ണാ ച്ചികൾ തുരുമ്പിച്ച ഇരുമ്പുകമ്പികൾ ഊരിയെടുത്ത് ആക്രിക്കടക്കാ രന് തൂക്കി വിറ്റു. ഇനിയാർക്കുവേണം ബസ്സ്റ്റോപ്പുകൾ? ഇനിയാരു ണ്ടിവിടെ കാത്തിരിക്കാനും പ്രതീക്ഷിക്കാനും? പറക്കുകയാണല്ലോ നമ്മൾ!

●

പറഞ്ഞറിയിക്കാനാകാത്ത വേദന

1972 സെപ്തംബർ 23 ന് അഴീക്കോടൻ രാഘവൻ കുത്തേറ്റുമരിച്ച വാർത്ത കണ്ണൂക്കര (ഇവിടെ നിന്നും ഒഞ്ചിയത്തേക്ക് പോകാം)യ്ക്ക് തൊട്ടടുത്തുള്ള കേളുബസാർ എന്ന ചെറുപ്രദേശത്തെയും പൊടുന്നനെ നിശ്ശബ്ദമാക്കി. ആകെയുണ്ടായിരുന്ന ശേഖരേട്ടന്റെ ചായപ്പീടികയും കണ്ണച്ചന്റെ പെട്ടിക്കടയും ആരും പറയാതെതന്നെ പൂട്ടി. വാർത്ത വീടുവീടാന്തരം പടർന്നു. കേട്ടവരെല്ലാം ഇടിതട്ടിയ പോലെയായി. ചുറ്റുവട്ടത്തിന് ഗ്രഹണം ബാധിച്ചു.

മറ്റു വീടുകളെല്ലാം മരിച്ച വീടുകളായി. ഒരിക്കലും വിശ്രമിച്ചു കണ്ടിട്ടില്ലാത്ത അച്ഛൻ നടുമുറിയിലെ ഇരുട്ടിൽ ചത്തപോലെ മലർന്നു കിടന്നു. ആരാണ് ഈ അഴീക്കോടൻ? ആ പേരിനപ്പുറം ഒന്നുമറിയില്ലെങ്കിലും അന്ന് നാലാംതരത്തിൽ പഠിക്കുന്ന എനിക്കും വല്ലാത്തൊരു സങ്കടം വന്നു. കുറേനേരം തേക്കാത്ത ചുമരും ചാരി മിണ്ടാതിരുന്നു. നെടുവീർപ്പിട്ടു.

8 വർഷങ്ങൾക്കുശേഷം (1980 നവംബർ 16)നടൻ ജയന്റെ മരണം. അന്ന് കരയാത്തവരില്ല. നിലാവുപോലെ ചിരിക്കുന്ന ജയന്റെ മുഖം വീട്ടുചുമരുകളിൽ നിറഞ്ഞു. ദൈവത്തിനൊപ്പം പൂജാമുറിയിലും ആ ചിരി വിളങ്ങി. ആഴ്ചകൾ കഴിഞ്ഞിട്ടും അമ്മപെങ്ങന്മാർ അടുക്കള പ്പുറത്തിരുന്ന് വിങ്ങിപ്പൊട്ടി. പ്രീഡിഗ്രിക്കാരനായ ഞാനും ആരും കാണാത്തൊരിടത്തിരുന്ന് കണ്ണീരൊഴുക്കി.

30 വർഷങ്ങൾക്കുശേഷം (2011 ഫെബ്രുവരി 6) സൗമ്യയുടെ മരണം. അതൊരു തീരാദുഃഖം. ഗോവിന്ദച്ചാമിയെ കൊത്തിനുറുക്കാനുള്ള പക ഒരൊറ്റ വികാരമായി രൂപം പൂണ്ട് മലയാളിമനസ്സ് പുകഞ്ഞു. എന്റെ കൈയിൽ കിട്ടണമായിരുന്നു ആ നായിന്റെ മോനെ... അമർഷം കടിച്ചമർത്തി.

അഴീക്കോടൻ കുത്തേറ്റും, ജയൻ കോളിളക്കം സൃഷ്ടിച്ചും സൗമ്യ നേർപെങ്ങളുടെ നഷ്ടമായും കൺമുന്നിലൂടെ കടന്നുപോയപ്പോൾ ദാ... ഒന്നുകൂടി (2012 മെയ് 4) ടി പി വധം.

മെയ് 7ന് ഉച്ചയ്ക്ക് ഞാൻ ഒഞ്ചിയത്തെ ഒരിടവഴിയിലായിരുന്നു.

അവിടെ ഇപ്പോഴും ഇടവഴികളുണ്ട്. യാതൊരുമാറ്റത്തിനും വിധേയമാകാതെ വളഞ്ഞും പുളഞ്ഞും പോകുന്ന ഇടവഴികൾ. കേളുബസാറിൽ കുട്ടിക്കാലത്ത് കണ്ട അതേ മണ്ണ്... അതേ ചരൽ കല്ലുകൾ... അതേ ചെടികൾ... മരങ്ങൾ വേരുകൾ... വീട്ടിലേക്ക് കയറുന്ന പടികൾപോലും അതേപടി നിലനിൽക്കുന്നത് എനിക്ക് അത്ഭുതക്കാഴ്ചയായി.

'മാവും പിലാവും തെങ്ങും കവുങ്ങും..

നിറഞ്ഞഹോ സസ്യലതാഢ്യമായ...' കവിവാക്യം ചുറ്റിലും കാണുകയാണ്.

വെച്ചുപിടിപ്പിക്കാനായില്ലെങ്കിലും പിഴുതെറിയരുത് സഖാക്കളേ... എന്ന് വിളിച്ചോതുന്ന ഭൂമിക. അതാണ് ഒഞ്ചിയം.

ഞാനും ചവിട്ടുപടികയറി. ചങ്ങാതി കോലായിൽത്തന്നെയുണ്ട്. മുറ്റത്ത് ചെരുപ്പഴിച്ചുവെച്ച് അവന്റെയടുത്ത് ചെന്നിരുന്നു. ഒന്നും മിണ്ടുന്നില്ല. അനക്കമില്ല. മരിച്ച വീട്ടിലെ സന്ദർശകനെപ്പോലെ വാക്കില്ലാതെ ഞാൻ പരുങ്ങി.

നാല്പതു വർഷങ്ങൾക്കുമുമ്പ് അഴീക്കോടൻ മരിച്ച അന്ന് നാലാംക്ലാസ്സുകാരനനുഭവിച്ച-പറഞ്ഞറിയിക്കാനാകാത്ത വേദന എങ്ങനെയോ എന്റെ ഉള്ളിലേക്ക് പിന്നെയും കടന്നുവന്നു. എനിക്കറിയില്ല. ടി പിയെ. പിന്നെന്തിനാണ് വേദനിക്കുന്നത്? ചങ്ങാതിയെന്തിനാണ് തരിച്ചിരിക്കുന്നത്?

ഈ വേദനയാണോ ജീവിതത്തിന്റെ സത്യം? ശക്തി? ഇതൊന്നമറിയാത്തവരോ മുതിർന്നവർ?

കൊള്ള കൊല കൂട്ടക്കൊല അറും കൊല ചോര പോലീസ് കോടതി. ഏതോ ഡിറ്റക്റ്റീവ് നോവലിന്റെ പേജ് മറിക്കുമ്പോലെ ആയിപ്പോയില്ലേ ചങ്ങാതീ... നമ്മുടെ രാപ്പകലുകൾ!

●

കറ

കുട്ടിക്കാലം വാടകവീട്ടിലായിരുന്നു. തട്ടുതട്ടായികിടന്ന വിശാലമായ പറമ്പിന്റെ ഒരു മൂലയിൽ ഒതുങ്ങിമാറിനിൽക്കു ംപോലെ ഒരോലപ്പുര. പിറകിലൂടെയായിരുന്നു പ്രധാന വഴി. അഥവാ കൃത്യമായി ഒരു വഴിയില്ലെന്നും പറയാം. വേലിയും മതിലുമൊന്നും ഇല്ലാത്ത കാലമല്ലേ... ഓരോ ദിവസവും ഓരോ വഴി...

ചുറ്റുവട്ടത്തെ മറ്റുവീടുകളെ അപേക്ഷിച്ച് തികച്ചും വ്യത്യസ്തമായി രുന്നു ഈ വീട്. ചെത്തിതേച്ചിട്ടില്ല. തിരിച്ചറിയാൻ പറ്റിയ നിറമില്ല. എപ്പം നോക്ക്യാലും കുളിക്കാത്ത കുട്ടിയെപ്പോലെ ഒരു വരണ്ടമുഖം. വൃത്തിയുള്ള ഒരുഭാഗം പോലുമില്ലായിരുന്നു. എത്ര വൃത്തിയാക്കാൻ ശ്രമിച്ചാലും വൃത്തികേട് കൂടിക്കൂടി വരും, പുറത്തേക്കാൾ കഷ്ടം അകമാണ്. ആകെ ചാറ്ചപ്പറ കിടക്കും.

നല്ല നീളവും വീതിയുമുള്ള കോലായ. പക്ഷേ ഇരിക്കാൻ ഒന്നുമില്ല. വീട്ടിൽ വരുന്നവരോട് വരൂ... ഇരിക്കൂ... എന്നു പറയുന്ന ശീലവും ഞങ്ങൾക്കില്ലായിരുന്നു. മര്യാദകേടല്ല. ഉപചാരത്തിന്റെ മറ്റൊരു സ്റ്റൈൽ!

ബസ്സിലെ യാത്രപോലെയാണോ തീവണ്ടിയാത്ര?

ഒരു തീവണ്ടിയാത്രപോലെയാണ് ഞങ്ങളുടെ വീട്ടിൽ വരുന്നവർക്കും അനുഭവപ്പെടുക. എത്രജാഡയുള്ളവനും ഇവിടെയെത്തുമ്പാൾ

കാറ്റഴിഞ്ഞ ബലൂണാകും. വിളിക്കാതെ തന്നെ കേറിവരും. നേരെ അകത്തു വന്ന്, ചുരുട്ടിവെച്ച പായയുടെ പുറത്ത് പടിഞ്ഞിരിക്കും. അല്ലെങ്കിൽ അടുക്കളയിലെത്തും. അമ്മയോ ചേച്ചിയോ ഗോത മ്പുദോശ ചുടുകയാണെങ്കിൽ എടുത്തുതിന്നും. ഒരിക്കൽ ഞാൻ അച്ഛനോട് ചോദിച്ചിട്ടുണ്ട്. 'എന്താണച്ഛാ,,, നമ്മുടെ വീട്ടുമാത്രമി ങ്ങനെ? ഒരു രഹസ്യവുമില്ലാതെ?' അച്ഛൻ ഉത്തരം തന്നില്ല. അമ്മട്ടം കടിച്ച് ചിരിച്ചു. (ചുണ്ടിറുക്കിപ്പിടിച്ച ചിരി) അല്ലെങ്കിലും അച്ഛനങ്ങനെ യാണ് ഒരക്ഷരം മിണ്ടില്ല. അവാർഡു സിനിമയിലെ നായകവേഷം. ഒക്കെ ചെയ്തു കാണിക്കുന്ന കൂട്ടത്തിലാണ്. വിശ്രമിക്കുന്ന അച്ഛനെ ഞാനിതുവരെ കണ്ടിട്ടില്ല. അച്ഛനറിയാത്ത പണിയൊന്നുമില്ല. കക്ഷി എടമേൻ പാസ്സാണ്(ഇടതുകൈയ്യാ കൂടുതൽ വഴക്കം).

ശേഖരേട്ടന്റെ ചായപ്പീടേയ്യന്റെ മോളിലുള്ള മുറിക്കുമുമ്പിൽ വലിയൊരു ബോർഡ് കാണാം. എം.ടി. കണാരൻ സ്മാരക ആർട്ട്സ് & സ്പോർട്ട്സ് ക്ലബ്ബ്.' അത് എഴുതിയത് അച്ഛനാണ്. അഞ്ചുക്ക് മൂന്ന് സൈസിൽ. (5അടി നീളം 3അടി വീതി) പട്ടികയും സിങ്ക്ഷീറ്റും കൊണ്ട് ഫ്രെയ്മുണ്ടാക്കിയതും അച്ഛൻ തന്നെ.

ചുകപ്പായിരുന്നു അച്ഛന്റെ നിറം. അങ്ങനെയാണ് ഞാനും ചുകന്നത്. വീട്ടുമുറ്റത്തും കോലായിലും തേക്കാത്ത ചുമരിലുമെല്ലാം ചുകപ്പ് തുള്ളികൾ കാണാം, ചോരപ്പാടുപോലെ. ഇടംകൈകൊണ്ട് അച്ഛൻ പെയിന്റടിക്കുന്നതും എഴുതുന്നതും കാണാൻ നല്ല രസം. ഞാനത് നോക്കിനിൽക്കും, ശ്വാസം വിടാതെ. ഒപ്പം മണ്ണെണ്ണ ചേർത്ത പെയിന്റ് മണം മേലോട്ട് വലിച്ചു കേറ്റും.

തടിച്ചുകൊഴുത്ത അക്ഷരങ്ങളായിരുന്നു അച്ഛന്റേത്. ആരോഗ്യം തികഞ്ഞ അക്ഷരങ്ങൾ. ഓരോ അക്ഷരവും കുടുകൂട്ടപ്പന്മാരെപ്പോലെ സന്തുഷ്ടരായി തോളോടുതോൾ ചേർന്ന് ഇരിക്കുന്നതുകാണാം.

അത്ചെയ്യ്, ഇതുചെയ്യ്... എന്നൊന്നും ഒരിക്കൽപ്പോലും അച്ഛൻ പറഞ്ഞിട്ടില്ല. എല്ലാം പഠിപ്പിക്കാതെ പഠിപ്പിച്ചുതന്നു. മൗനം വിദ്വാന് ഭൂഷണം. മൗനം വാചാലം- ഇതിന്റെയൊക്കെ പൊരുൾ ഇപ്പോഴാണ് മനസ്സിലാകുന്നത്.

അച്ഛൻ തൊട്ടതെല്ലാം പൊന്നാക്കി. ചിത്രപ്പണി, ആശാരിപ്പണി, ബുക്ക് ബൈന്റിംഗ് ക്ലേമോഡലിംഗ്, പൾപ്പ് വർക്ക്, തകരപ്പണി

ഇങ്ങനെ അച്ഛന്റെ കരവിരുത് കരകവിഞ്ഞു. അക്കാലത്ത് കല്യാണത്തിന് വധൂവരന്മാർക്ക് സമ്മാനിക്കാൻ ഗ്ലാസ് പെയ്ന്റിംഗിൽ ഫോട്ടോ സമാനമായ ചിത്രങ്ങൾ വരച്ച് ഫ്രെയിം ചെയ്തുകൊടുക്കുന്ന പതിവുണ്ട്. നീലമലയും നീലാകാശവും സ്വച്ഛമായൊഴുകുന്ന പുഴയും പച്ചത്തുരുത്തും ഇണപ്പക്ഷികളുടെ ഇണപിരിയാത്ത പറക്കലും... നവദമ്പതികളേ... നിങ്ങൾക്ക് മംഗളാശംസകൾ... നവദമ്പതികളേ... നിങ്ങൾക്ക് വിപ്ലവാഭിവാദ്യങ്ങൾ... എന്നിങ്ങനെയുള്ള എഴുത്തോടു കൂടിയ പ്രസന്റേഷൻ. ഇതെല്ലാം അച്ഛനെവിടുന്നാണാവോ പഠിച്ചത്? അച്ഛനെച്ചൊല്ലി എനിക്ക് അസൂയ ഇല്ലാതില്ല.

രക്തസാക്ഷിമണ്ഡപങ്ങൾ, സ്തൂപങ്ങൾ, കമാനങ്ങൾ... എല്ലാം അച്ഛനുണ്ടാക്കി., രാവും പകലും വീട്ടിൽ തട്ടലും മുട്ടലും തന്നെ. അച്ഛനെ ഞാനും ആകാവുന്നത്ര സഹായിച്ചു, ആണിയടിച്ചും പശതേച്ചും. ശേഖരേട്ടനും ഭരതേട്ടനും ഭാസ്കരൻമാഷും മിക്ക രാത്രികളിലും കൂടെയുണ്ടാകും. അപ്പോഴൊക്കെ പള്ള ചുളുങ്ങിയ വലിയ അലുമിനിയ പാത്രത്തിൽ കട്ടൻകാപ്പി ഉണ്ടാക്കിവെച്ച് അമ്മപോയിക്കിടക്കും. ഇങ്ങനെ എത്രയെത്ര അച്ഛന്മാർ ഉറക്കമിളച്ചുണ്ടാക്കിയതായിരുന്നു ഈ രക്തപതാക!

പക്ഷേ അതിലിന്ന് അപ്പടി ചോരക്കറയായിപ്പോയോ?

പിന്നെന്താണ് കാറ്റുണ്ടായിട്ടും ആടിയുലയാത്തത്?

-അതോ ആ കാറ്റും പോയോ?

●

തൊട്ടടുത്ത്

ക്ലിറമൂട്ടായി മൊട്ടുസൂചി ഹെയർപ്പിന്ന് സേഫ്റ്റിപ്പിന്ന്... നിരത്തി വെക്കുകയായിരുന്നു അയാൾ; നിരത്തുവക്കിൽ. ലോകം മുഴുവൻ ആക്രാന്തപ്പാച്ചിൽ പായുമ്പോഴും ധൃതിയേതുമില്ലാതെ തങ്ങളുടേതായ വേഗത്തിൽ നിത്യജീവിതനിമിഷങ്ങളെ തഴുകിയും തലോടിയും കടന്നുപോകുന്ന ഇത്തരം മൗനപ്രാണികളെ കാണുമ്പോൾ എന്താണെന്നറിയില്ല, മനസ്സ് കൊച്ചുകുഞ്ഞായിപ്പോകും. അറിയാതെ അടുത്തുചെന്ന് പടിഞ്ഞിരിക്കും.

ആവശ്യമുണ്ടായിട്ടൊന്നുമല്ല, അയാൾക്ക് വല്ലതും കിട്ടിക്കോട്ടെ എന്നു കരുതി ഞാൻ ചോദിച്ചു: ചെവിത്തോണ്ടിയുണ്ടോ?

അധികം പരതാതെ തന്നെ ഒന്നെടുത്തു നീട്ടി. അഞ്ചുർപ്യ ഒറ്റ നാണയം ഞാനങ്ങോട്ടും നീട്ടി. രണ്ടു നീട്ടലുകൾ വായുവിൽ തങ്ങി നിന്നപ്പോൾ ഞങ്ങളുടെ നോട്ടവും പരസ്പരം നീണ്ടു. കെട്ടുപിണഞ്ഞു. ചില്ലറയില്ലല്ലോ സാറേ...

'എങ്കീരണ്ടെണ്ണം കൂടി താ' അങ്ങനെ മൂന്നു ചെവിത്തോണ്ടിയുമായി നിൽക്കുന്ന എന്നോട് അയാൾ പിന്നേം പറഞ്ഞു.

'എന്നാലും ചില്ലറയില്ലല്ലോ, സാറേ...'

അപ്പോ എന്റെ മറുപടി: 'സാരല്ല'

'ഏയ്... അതു പറ്റില്ല. അങ്ങനെ പോയാപറ്റില്ല..'

നടക്കാനാഞ്ഞ എന്റെ കൈക്ക് കേറിപ്പിടിച്ച് തടുത്തു നിർത്തി ട്രൗസറിന്റെ കീശേലും തുണി സഞ്ചീലും കാഡ്ബോഡ് പെട്ടീന്റ ടീലും...

എവിടെയൊക്കെയോ തപ്പിത്തിരഞ്ഞ് രണ്ടുർപ്യയെടുത്ത് എന്നെ ഏൽപ്പിച്ചപ്പോൾ അയാളിൽ നിന്നും ശാന്തിയുടെയും സമാധാനത്തി ന്റെയും ഒരു ദീർഘശ്വാസം പുറപ്പെടുന്നത് ഞാൻ തൊട്ടനുഭവിച്ചു. ആ നിമിഷം അയാൾക്കുമുന്നിൽ എന്റെ ശൂന്യത എത്രമാത്രമാണെന്ന് ഞാൻ ശരിക്കുമറിഞ്ഞു. അയാളൊരു വടവൃക്ഷം പോലെ പെട്ടെന്നങ്ങ് വലുതായി.

പലപ്പോഴും വഴിവക്കിൽ നിന്നും കിട്ടുന്ന-വലിച്ചെറിയപ്പെട്ടവർ എന്നു നിസ്സാരപ്പെടുത്തുന്ന ഇത്തരം സുമനസ്സുകളാണ് എന്റെ സാമൂഹ്യപാഠപുസ്തകം.

ചങ്ങാതീ...

മഹാന്മാർ ചരിത്രപുസ്തകത്തിൽമാത്രമല്ല.

തൊട്ടടുത്തുണ്ട്...

തൊട്ടുനോക്കാൻ പാകത്തിൽ; പച്ചജീവനോടെ!

●

ഓ...

ഫസ്റ്റ് ബെൽ അടിച്ചു. ഞാനിന്ന് ലേശം വൈകിപ്പോയി. നടത്തം ഓട്ടത്തിന്റെ മട്ടിലാക്കി. അപ്പോൾ തൊട്ടുപിറകെ രണ്ടു കൊച്ചുകുട്ടികളുമുണ്ട്. അഞ്ചിലോ ആറിലോ ആയിരിക്കും. അതിലൊരുത്തൻ മറ്റോനോട്:

'എടാ ഒന്ന് സ്പീഡാക്ക്, ബെല്ലടിച്ചു.' അതു കേട്ട് മറ്റവൻ:

'ഓ... അതവ്ടെ അടിക്കട്ടെ.'

മണിയടിക്കുമ്പോൾ ഞെട്ടിപ്പോകുന്ന കുട്ടികളൊന്നും ഇന്നില്ല. പുതിയ തലമുറയ്ക്ക് എല്ലാം നിസ്സാരമാണ്.

ഓ... അതിനിപ്പം എന്ത്? ഓ... അതായിപ്പോ വെല്ല്യകാര്യം.

ഓ... പോവാമ്പറ...

എങ്കിലും ഭയഭക്തി ബഹുമാനമുള്ള- അറിയാതെ ചവിട്ടിപ്പോയാൽ തൊട്ടുനെറ്റിയിൽ വെക്കുന്ന- മുതിർന്നവരെ കാണുമ്പം എഴുന്നേറ്റ് സീറ്റുകൊടുക്കുന്ന-എവിടെ കണ്ടാലും ഓടിവന്ന് കുശലം ചോദിക്കുന്ന കുട്ടികളും ചെറിയൊരു ശതമാനമാണെങ്കിൽക്കൂടി ഇവിടെയുണ്ട്. മലവെള്ളപ്പാച്ചിലിനിടയിൽനിന്നും അത്ഭുതകരമാം വിധം കരപറ്റിയ ചില ജീവിതങ്ങളുണ്ടാകും. കുത്തൊഴുക്കിൽ പെട്ടുപോകാത്ത അത്തരം ഒറ്റപ്പെട്ടവരെയാണ് എനിക്കേറെയിഷ്ടം. അവരിൽ

മനുഷ്യാംശം കൂടും. എഞ്ചിനീയറായും ഡോക്ടറായും മാറിയവരെ ക്കാൾ ഡ്രൈവറായും കണ്ടക്ടറായും പനകേറ്റക്കാരനായും ഹോട്ടൽ പണിക്കാരനുമായൊക്കെ ജീവിച്ചു പോരുന്നവരിൽ നിന്നാണ് മനസ്സ് കിട്ടുക. ഇത്തരക്കാർ ക്ലാസ്സിലെപ്പോഴും പിൻനിരയിലായിരിക്കും. പക്ഷേ ജീവിതക്ലാസ്സിൽ ഇവർതന്നെ മുൻ ബെഞ്ചുകാർ; ഫസ്റ്റ് ക്ലാസ്സുകാർ. മാഷേ... സുഖാണോ? എന്നു ചോദിക്കുന്ന മടിക്കെട്ടഴി ച്ച് ബഹുമാനിക്കാൻ ഇവരേ കാണൂ... കമ്പ്യൂട്ടർ പഠിച്ചവനൊന്നും കണ്ടഭാവം നടിക്കില്ല.

●

ഒറ്റപ്പെട്ടവൻ

ദൈവത്തിനൊരുനാളൊരു തോന്നൽ, മനുഷ്യർക്കൊപ്പം പൊറുതിക്കുപോയ വാക്കുകളെയെല്ലാം ഒരുമിച്ചൊന്നു കാണാൻ.

പോയിട്ടേറെയായില്ലേ... വിശേഷങ്ങളൊരുപാടുണ്ടാകും.

'വാടാ മക്കളേ...'

ദൈവവിളി കേട്ടതും വാക്കായ വാക്കെല്ലാം റാണിക്കു പിന്നാലെ തേനീച്ചക്കൂട്ടം കണക്കെ പറന്നെത്തി.

'അവിടം സുഖം തന്നല്ലേ...?

എല്ലാവരും ഒത്തൊരുമിച്ച് അതെ... അതെ... പരമസുഖം എന്ന അർത്ഥത്തിൽ തലയാട്ടി. എങ്കിലും കൂട്ടത്തിൽ ഒരു തലമാത്രം ആടിയില്ല. ആടിയില്ലെന്നല്ല, അത്തല താഴ്ന്നുതന്നെകിടന്നു.

ദൈവം താഴ്ന്നവന്റെ അരികിലേക്ക് ചെന്നു.

പാവം, വിതുമ്പുകയായിരുന്നു. വിറയാർന്ന ആ ശോഷിച്ച ശരീരത്തെ തന്നിലേക്ക് ലയിപ്പിക്കും മട്ടിൽ ചേർത്തു:

'എന്തുപറ്റിയെടാ മോനേ...?'

സകലനിയന്ത്രണവും വിട്ട് അവൻ ദൈവത്തെ അള്ളിപ്പിടിച്ച് പൊട്ടിപ്പൊട്ടി കരയുകയായി..

'എന്നെ തിരിച്ചയക്കല്ലേ ദൈവേ...

എന്നെ തനിച്ചാക്കല്ലേ ദൈവേ...'

'ആത്മാർത്ഥത' എന്നായിരുന്നു ആ കണ്ണീരിൽ കുതിർന്നവന്റെ വിളിപ്പേര്!

●

കരുത്ത്

ചിലരെ കാണുമ്പോൾ ഒന്നു നോക്കിപ്പോകും. ചിലരോട് രണ്ടുവാക്ക് മിണ്ടണമെന്നും കൈകൊടുക്കണമെന്നും അപൂർവ്വം ചിലരെ കാണുമ്പോൾ ആ കൈ രണ്ടും വാരിപ്പിടിക്കാനും അത്യപൂർവ്വം വ്യക്തികളെയാകട്ടെ ചേർത്തുപിടിക്കാനും തോന്നിപ്പോകാറുണ്ട്.

മേൽപ്പറഞ്ഞ ഒരു ഗണത്തിലും പെടുത്താനായില്ല എനിക്ക് ബേബിയേട്ടനെ. ഒരു നൂറ്റാണ്ട് പഴക്കമുള്ള ആ പഴയ കെട്ടിടത്തിന്റെ മച്ചും ബേബിയേട്ടന്റെ ഉച്ചിയും തമ്മിൽ കഷ്ടിച്ച് ഒരടി അകലം. പരുക്കൻ പ്രകൃതം. മുഴങ്ങുന്ന തൊണ്ട. ചിരിക്കുന്നേയില്ല. എത്ര പരതിനോക്കിയിട്ടും ചിരിയുടെ തരിപോലും കണ്ടെത്താനായില്ല.

'വേണമെങ്കിൽ എടുത്താൽ മതി. എനിക്കിത് വിറ്റേ അടങ്ങു എന്നൊന്നുമില്ല.' എടുത്തിട്ടും പോലത്തെ സംസാരം. അപ്പോൾ ഇമ്മട്ടിലുമാകാം കച്ചവടം? സദാ ഇളിച്ചുകാട്ടിയാലേ ആളുകൾ കയറിവരൂ എന്ന പതിവുരീതിയെ പാടേ തകിടം മറിച്ചു കളഞ്ഞു. 'VARGHES SON METALS' എന്ന ചുകപ്പൻ ബോർഡുള്ള കടയുടമ ഈനാശു എന്ന ബേബിയേട്ടൻ.

ഒരു കിണ്ടി വാങ്ങാൻ ചെന്നതായിരുന്നു ഞാൻ. വാൽക്കിണ്ടി. കാലമേറെയായി മനസ്സിൽ കൊണ്ടുനടന്ന ആശ. വ്യത്യസ്തയുള്ള അഞ്ചാറെണ്ണമെടുത്ത് മുന്നിൽ വെച്ചുതന്നു. അതിലൊന്നിൽ എന്റെ കണ്ണ് പാഞ്ഞുകേറി.

‘അത് പാസ്സ് ചെയ്തോള്ള’

വീട്ടിലെത്തി വെള്ളം നിറച്ചപ്പോഴാണ് ചോർച്ചകണ്ടത്. ഈശ്വരാ... ചോർന്നു പോവുകയാണോ ഇത്രേം നാൾ കൊണ്ടുനടന്ന ആശ?

ഏകദേശം ഇന്നലത്തെ അതേ സമയം:

‘ബേബിയേട്ടാ... ഇതിന് ചോർച്ച. ഒന്നല്ല രണ്ടുസ്ഥലത്ത്. ദാ... നോക്ക്..’ പൊതിയഴിച്ച് വാലിൽ പിടിച്ച് നീട്ടിക്കാണിച്ചുകൊടുത്തു കിണ്ടിക്കഴുത്തിലെ കടുകുമണിവലുപ്പമുള്ള രണ്ടു വെളിച്ചങ്ങളെ.

‘ഹൊ, വെല്ല്യ കാര്യായിപ്പോയി... ഇവിടെ പാർട്ടിമൊത്തം ചോർന്നൊലിച്ചു പോയ്ക്കൊണ്ടിരിക്കുമ്പോഴാ... ഒരു കിണ്ടി!’ ബേബിയേട്ടൻ ആരോടെന്നില്ലാതെ പറഞ്ഞു. പിറുപിറുത്തു.

‘ഇന്നലെ ചോദിക്കണംന്ന് വിചാരിച്ചതാ.

മാഷേ... മാഷേതാ പാർട്ടി?’

‘ഞാഞ്ചോപ്പ്’

‘എങ്ങനെ ചോപ്പായി?’

‘ചില പാരമ്പര്യ രോഗങ്ങളില്ലേ... മൂലക്കുരുപോലെയൊക്കെ... ചെലപ്പോ അങ്ങനെ കിട്ട്യതാവും’

ഒരുഗ്രൻ തമാശപൊട്ടിച്ച അഹങ്കാരത്തോടെ ഞാനുറക്കെ ചിരിച്ചു. പക്ഷേ, ബേബിയേട്ടന് ചിരിയില്ല. അതോടെ എന്റെ ചിരി ചൂളിപ്പോയി.

‘മാഷേ... പാർട്ടിക്കാരൻ ഇങ്ങനെ ചിരിക്കാമ്പാടില്ല. ചിരിവന്നാലും ചിരിക്കരുത്. ഉറാമ്പുട്ട്യപോലെ നിൽക്കണം, ഒട്ടഹംഹെറെ.

അതാ മര്യാദ. അച്ചടക്കം. പാർട്ടിക്കരുത്ത്!’

എന്ത് കരുത്ത്? മനക്കരുത്തുള്ളവരൊക്കെ പോയില്ലേ ബേബ്യേട്ടാ...

ഇപ്പോ കൈക്കരുത്തല്ലേ വേണ്ടൂ. കൈയൂക്കുള്ളോൻ കാര്യക്കാരൻ. വിജയൻ മാഷ്(എം. എൻ) പറഞ്ഞത് എത്രശരിയായി. പാർട്ടീണ്ട് അണികളില്ല.

വേരറ്റ മരത്തിൽ നിന്നും ഇനി തണലില്ല ബേബിയേട്ടാ...

വരിയുടച്ച വിത്തുകാളയിൽനിന്നും പ്രതീക്ഷയ്ക്ക് വകയില്ല. അതുകൊണ്ട് നമുക്ക്, വകയ്ക്ക് കൊള്ളാത്ത ഈ വർത്താനം തൽക്കാലം നിർത്താം. കണ്ടതിലും പരിചയപ്പെട്ടതിലും സന്തോഷം. ഞാനിനിയും വരും. അടുത്തവരവിൽ എനിക്കൊരു കിണ്ണം വേണം. പഴയതുമതി. എത്ര ക്ലാവുപിടിച്ചാലും തേച്ചുതേച്ച് മിനുക്കിയെടുത്തോളാം. എനിക്കാതിളക്കം കണ്ടാൽമതി.

ബേബിയേട്ടൻ എന്റെ നിർത്താത്ത വാക്കുകളിലേക്ക് ഉറ്റുനോക്കി. ബേബിയേട്ടന്റെ കണ്ണുകളും തിളങ്ങി. പിച്ചളത്തിളക്കം. പടിയിറങ്ങുമ്പോൾ പലതവണ ഞങ്ങളുടെ കണ്ണുകൾ പരസ്പരം വല്ലാതെ കൊളുത്തിവലിച്ചു. തീർച്ച, കാണാതിരിക്കില്ല കരുത്തുള്ള ഈ മനുഷ്യനെ. ബസ്സിലോ മറ്റോ ഇരുന്ന് ആ വഴി കടന്നുപോകുമ്പോൾ പ്രതീക്ഷ നിറഞ്ഞ ഒരു നോട്ടത്തിന് ഇടം കിട്ടിയ സംതൃപ്തിയോടെ തൽക്കാല വിട ചൊല്ലി...

●

ബലാബലം

ഗോർക്കിയുടെ ‘അമ്മ’ ഒന്നുകൂടി വായിച്ചു. കൃത്യം ഒരുമാസം വേണ്ടിവന്നു അത് തീരാൻ.

24 മണിക്കൂറും ടി.വി. കലപില കൂട്ടുന്നതിന്റെ ഇടയിലിരുന്ന് ഒരു പുസ്തകം വായിച്ചു തീർക്കുക എന്നത് അതിസാഹസികമാണ്.

ഞാൻ : കണ്ടതുതന്നെ പിന്നേം പിന്നേം കാണുമ്പം മടുക്ക്ന്നില്ലേ മക്കളേ...?

മക്കൾ : വായിച്ചതുതന്നെ പിന്നേം പിന്നേം വായിക്കുമ്പം അച്ഛന് മടുപ്പില്ലേ...?

ആയതുകൊണ്ട് ഞാനിപ്പോ ഒന്നും ചോദിക്കാറുമില്ല. പറയാറുമില്ല.

കൊറച്ച് കൊല്ലം മുമ്പുവരെ, മുറ്റത്തെ ചെടികൾക്ക് ഹോസ് പിടിച്ച് വെള്ളം നനയ്ക്കുന്ന വീട്ടമ്മമാരുണ്ടായിരുന്നു. വീടിന്റെ ചുറ്റുവട്ടം ആഴ്ചയിലൊരിക്കലെങ്കിലും അടിച്ചുവാരി കുപ്പക്കൂട്ടികത്തിക്കുമായിരുന്നു. ജനലും വാതിലും ഗ്രിൽസും ഫാനുമൊക്കെ തുടയ്ക്കാറുണ്ടായിരുന്നു. ഫർണിച്ചറുകളുടെ അടിഭാഗത്ത് ചൂലെത്താറുണ്ടോ? എന്തിന്-കണ്ടുകൊണ്ടേയിരിക്കുന്ന ടി.വി.സ്റ്റാന്റില്ലേ... അതൊന്നു ലേശം നീക്കിനോക്ക്യേ... ന്റമ്മോ! എന്തായിത്?

മതി. എത്ര പറഞ്ഞിട്ടും പ്രയോജനമില്ലാത്തത് പറഞ്ഞ് പറഞ്ഞ് ഞാനെന്തിന് നേരം കളയണം? ഇതാ... എസ്. കെയുടെ വിഷകന്യക മേശപ്പുറത്ത്. ഏതായാലും അടുത്തവായന അതാകട്ടെ. ഒരു പൊറ്റെക്കാടൻ വായന. ഞാൻ പുസ്തകം തുറന്നു. ദേ... കണ്ടോ... കരുതിക്കൂട്ടിയെന്നപോലെ മക്കൾ ടി.വി.യും തുറന്നു.

'നിർത്തെടാ... ഒരൊടുക്കത്തെ ടി.വി.' ഞാനലറി..

'അച്ഛനും നിർത്ത്, ഒടുക്കത്തെയൊരു വായന!' കെട്ട്യോളും മക്കളും ഒറ്റക്കെട്ടായ് പൊട്ടിത്തെറിച്ചു.

●

തലവിധി

മമ്മദ്ക്കാന്റെ വീട് വേശ്യാലയമാണെന്ന് അന്നേ എനിക്കറിയാം... 'അന്നേ' എന്നാൽ ഗോപാലമ്മാഷിന്റെ മടിയിലിരുത്തി എന്നെ അരിയിലെഴുതിക്കും മുമ്പ്. മമ്മദ് ഒസ്സാനും ഒന്നാന്തരം കുട്ടിക്കൊടുപ്പു കാരനുമായിരുന്നു. തലയിലെ, താടിയിലെ മീശയിലെ, കക്ഷത്തെ -വേണ്ടിവന്നാൽ 'മറ്റേടത്തെ' രോമവും ചെരണ്ടിക്കൊടുക്കും. അതിന് മുറി വേറെയുണ്ട്. കർട്ടനിട്ടത്, ഹോമിയോപ്പതിയിൽ കാണുമ്പോലെ തുണി മറ.

പെറ്റമ്മ, നേർപെങ്ങൾ, കെട്ട്യോള് ഇവ മൂന്നും മമ്മദിന് നാണ്യവിളകളാണ്. മകൾ(?) ഒന്നുള്ളത് മുട്ടിലിഴയുന്നു. അതിനെ ആസകലം കണ്ണോടിച്ചും തൊട്ടുതടവിയും നിത്യസന്ദർശകരായ ഉപഭോക്താക്കൾ തടിക്കച്ചവട ഭാഷയിൽ അഭിപ്രായപ്പെട്ടു...' ആയില്ല. നാലഞ്ചുകൊല്ലം പിടിക്കും കാതലാകാൻ.

അളവിൽ കൂടുതൽ ഉയരമുള്ള കസേരയാണ്. അതിന്റെ കൈയിൽ ചെറുപാലം പോലെ ചേറുപിടിച്ച ഒരു പലകത്തുണ്ട്. എന്നെ അതിൽ എടുത്തിരുത്തിയിട്ട് മമ്മദ്ക്കാനോട് എന്തോ സ്വകാര്യം പറഞ്ഞിട്ട് അച്ഛൻ ഒരൊറ്റപ്പോക്ക് പൊയ്ക്കളയും; പുരാണസിനിമയിൽ ദൈവം അപ്രത്യക്ഷമാകുമ്പോലെ. ഇനി എപ്പോഴാതിരിച്ചുവരുവാന്നറിയില്ല. പേടീം സങ്കടോം തിങ്ങിനിറഞ്ഞ് മനസ്സാകെ വിങ്ങും. കരച്ചിലിന്റെ തിണ്ട് പൊട്ടി കണ്ണീര് കുടുകുടാ ഒലിച്ചിറങ്ങും. അപ്പോ മുയിങ്ങ്നാറുന്ന

കഷ്ണംതുണിപുതപ്പിച്ച് മമ്മദ്ക്കാ എന്നെ നാരാണഗുരുമട്ടിലാക്കും. മങ്ങിയ കണ്ണാടിയിൽ താണും ചെരിഞ്ഞും നോക്കുമ്പോൾ ഒരഞ്ചാറ് നാരായണഗുരുക്കന്മാർ പടിപടിയായ് പിന്തിരിഞ്ഞിരിക്കുന്നുണ്ടാകും...

അച്ഛൻ മൊരത്ത കമ്യൂണിസ്റ്റായതുകൊണ്ട് അമ്മയുടെ പ്രാർത്ഥനകളൊന്നും ഏശിയില്ല. പളനി നേർച്ചയും പടികേറിയില്ല. ഒരു ക്ഷുട്ടിക്കൊട്ടപ്പകാരന്റെ മുഷിഞ്ഞ കൈകളാൽ-വഴുവഴുത്ത കത്രികപ്പാച്ചിലിൽ കുനിഞ്ഞു കൊടുക്കേണ്ടിവന്നു. അതായിരുന്നു തലവിധി. കന്നിത്തലമുടി ക്കൂട്ടത്തോടെ ചത്തുവീഴുന്നതും നോക്കി കണ്ണിറുക്കി ശ്വാസം പിടിച്ചിരുന്നു. ഒക്കെ തട്ടിത്തെറിപ്പിച്ച് എറങ്ങിയോടിയാലോന്നുവരെതോന്നി അത്രയ്ക്ക് വൃത്തികെട്ട നാറ്റമാ മമ്മദ്ക്കാന്റെ ദേഹത്തിന്; മുറുക്കും ബീഡിയും കൂടിക്കൊയഞ്ഞ മണം.

അന്നു തൊട്ടിങ്ങോട്ട് ഒരുപാട് കസേരകൾ മാറിമാറി ഇരുന്നു. മീശക്കാരൻ കിട്ടേട്ടൻ, ബാർബർ കുമാരേട്ടൻ കത്രിക കൊണ്ട് ചങ്ങാതിയെ കുത്തിയതിന് തടവും പിഴയും തീർത്ത് തിരിച്ചുവന്ന് കട തുറന്ന ഗോപ്യേട്ടൻ, പറയുമ്പം തുപ്പല് തെറിക്കുന്ന മിത്രേട്ടൻ...

ഒരാളും തൃപ്തി തന്നില്ല. ഇന്ന് ജന്റ്സ് ബ്യൂട്ടിപാർലറായി മാറിയ – വലിക്കുക/തള്ളുക സ്റ്റിക്കർ പതിച്ച ചില്ലുഷോപ്പിലെ കറങ്ങുന്ന സീറ്റിൽ ബംഗാളിപ്പയ്യന്റെ മുന്നിലും തല കുമ്പിട്ടു.

ഇഷ്ടപ്പെട്ട ഒരു ബാർബറെ ഇജ്ജീവിതത്തിൽ കിട്ടുമെന്നു തോന്നുന്നില്ല ചങ്ങാതീ...

●

തേങ്ങലുകൾ

വിശപ്പകറ്റാനുള്ള പല വഴികളിൽ ഒന്നുമാത്രമായിരുന്നു സുനീതന് തെങ്ങുകയറ്റം. അഥവാ സഹികെട്ട വിശപ്പ് ഏതൊരാളെയും അങ്ങേയറ്റം വരെ കൊണ്ടെത്തിക്കുമെന്നതിന്റെ ഒന്നാന്തരം തെളിവ്.

‘ഭാരതിയേടത്തീ... തേങ്ങയിടണോ?’

ഇടവഴിയിൽ നിന്നും മുറ്റത്തേക്കു നോക്കി സുനീതൻ നീട്ടി വിളിച്ചു.

ഒട്ടുന്ന വയറാണോ ഒട്ടിയ വയറ്? സുനീതന്റെ കയറ്റം കാണുമ്പോൾ അങ്ങനെതോന്നിപ്പോകും. ഒട്ടിയ വയറ് തെങ്ങോട്ടുചേരുമ്പോൾ തമ്മിൽ ഒട്ടിച്ചേർത്തതുപോലുണ്ടാകും. ഇതിൽ സൂനീതനേത്? തെങ്ങേത്? വേർതിരിക്കാൻ പ്രയാസമാകും. മരയോന്ത് പറ്റിപ്പിടിച്ച മാതിരി. അല്ല മണ്ണിരയുടെ മുന്നോട്ടുള്ള ആയൽപോലെ സുനീതൻ വലിഞ്ഞു വലിഞ്ഞു കയറുന്നതു കാണുമ്പം താഴെ വാപൊളിച്ചു നിൽക്കുന്ന എന്നോട് അടുക്കള ജനലിലൂടെ അമ്മ വിളിച്ചുപറയും:

‘ഡാ ലേശം മാറിനിന്നോ... തലക്ക് സുഖേല്ലാത്തോനാ മേലെ!’ എങ്കിലും സൂനീതനോട് എന്തോ ഒരടുപ്പം തോന്നി. ഞാൻ മാറിനിന്നില്ല. തെങ്ങുമാത്രമല്ല സുനീതനും ചതിക്കില്ലെന്ന് ഞാനുറപ്പിച്ചു.

എളന്നീരേത്... തേങ്ങയേത്... എന്ന് നിശ്ചയമില്ലാത്ത സുനീതൻ പാടുപെട്ട് വലിഞ്ഞുകയറിയ തെങ്ങിൽ നിന്നും എങ്ങനെയൊക്കെയോ

നാലഞ്ചെണ്ണം മുരുടിവലിച്ച് താഴെയിട്ട് നെഞ്ഞുരച്ച് ഊർന്നിറങ്ങി മണ്ണിലെത്തുമ്പോഴേക്കും തീർത്തും അവശനും ആർത്തനും ആലംബഹീനനുമായിട്ടുണ്ടാകും. അന്നേരം അമ്മ അപ്പുറത്തേക്ക് മാടി വിളിച്ച് കഞ്ഞിയും ചമ്മന്തിയും കുഞ്ഞിക്കോലായിൽ വെച്ചു കൊടുക്കും. കൂട്ടത്തിൽ 25 പൈസയും. സുനീതൻ എല്ലാം കൊണ്ടും തൃപ്തനായി. മുഖം തുടച്ച് കൈയിലെ കഞ്ഞിപ്പശ കാക്കിട്രൗസറിൽ തേച്ച് പടിയിറങ്ങിപ്പോകും. അടുത്ത വീട്ടുപടിയിലെത്തി ഏന്തിവലിഞ്ഞ് ചോദിക്കും.

'അമ്മ്യേച്ച്യേ... തേങ്ങയിടണോ...?'

ഇന്നലെയാണ് നാട്ടിലെ ചങ്ങാതി, വിശേഷങ്ങളുടെ കൂട്ടത്തിൽ സുനീതന്റെ മരണവാർത്തകൂടി അറിയിച്ചത്; ഒട്ടും പ്രാധാന്യം വേണ്ടാത്ത ഒരു വാർത്ത പറയുമ്പോലെ...

പക്ഷേ-നാട്ടിലെ-ജെസിബി മാന്തിപ്പറിക്കാത്ത ഒറ്റപ്പെട്ട ചില പറമ്പുകളിലെ ഏതാനും തെങ്ങുകൾ ഇപ്പോഴും ഓർക്കുന്നുണ്ടാകും. സുനീതന്റെ വേർപാട് കണ്ട് തേങ്ങിത്തേങ്ങി കരയുന്നുമുണ്ടാകും. പിരാന്തൻ സുനീതനെ (അതായിരുന്നു വിളിപ്പേര്) തെങ്ങുകൾ ചേർത്തുപിടിച്ചതുപോലെയൊന്നും അത്ര ഗാഢമായി ഞങ്ങളാരും നെഞ്ചോടു ചേർത്തിട്ടില്ല്യല്ല്യാ!

●

പിടികിട്ടാപ്പുള്ളി

ഏതൊരു കുടുംബത്തിന്റെയും കാതലായ സമയമായിരുന്നു, വൈകീട്ട് 7 മുതൽ രാത്രി 10 വരെ.

പണികഴിഞ്ഞെത്തിയ അച്ഛൻ. പാഠങ്ങളെല്ലാമുരുവിട്ട് വീട്ടുകണക്കും ചെയ്തുകഴിഞ്ഞ മക്കൾ. വെച്ച് വിളമ്പുന്ന അമ്മ. ഒരുമിച്ചിരുന്നുള്ള ഭക്ഷണം. കുശാലായി. പിന്നെ കുശലമായി. നാട്ടിലേം വീട്ടിലേം ഉസ്കൂളിലേം അച്ഛന്റെ പണിസ്ഥലത്തേം വിശേഷങ്ങളിലൂടെ... അന്നത്തെ സുപ്രധാനവും അപ്രധാനവുമായ വാർത്തകളിലൂടെ... കഥകേട്ട് മയങ്ങുന്ന കുട്ടികൾ... തിരിതാഴ്ത്തി സുഖനിദ്ര. വീണ്ടും പൊൻപുലരി.

ഇങ്ങനെയൊക്കെയായിരുന്നു പണ്ട്. ഇന്നോ? ഇതേ സമയത്ത് നടക്കുന്നതെന്താണ്? ഒടുക്കത്തെ സീര്യല്. തൊടങ്ങീട്ട് കാലമെത്രയായി? കൊല്ലമെത്രയായി? ഇരുപത്... ഇരുപത്തഞ്ച്... മുപ്പത്... അതോ മുപ്പത്തഞ്ചോ?

കണ്ണീരിൽ മുങ്ങിമുങ്ങി നാട്ടിലെ പെണ്ണുങ്ങള് മൊത്തം കുതിർന്ന കൈലേസ് പോലായി. എന്നിട്ടും മാഡം, താങ്കൾ പറയുന്നു. 'ശാക്തീകരണം. സ്ത്രീശാക്തീകരണം...'

എത്ര പുകഞ്ഞിട്ടും പിടികിട്ടുന്നില്ലല്ലോ മഹാമായേ അടിയനിതിൻ പൊരുൾ?

ഉൽപ്പത്തി

ഷാപ്പ് മുക്കിൽ ഇന്നുകാണുന്ന ഈ മഹാക്ഷേത്രത്തിന്റെ സൂത്രധാരൻ ഞാനാണെന്നുപറഞ്ഞാൽ ചങ്ങാതീ... നീയെന്നല്ല ഒരാളും വിശ്വസിക്കില്ല. പക്ഷേ അതാണ് സത്യം. പരമാർത്ഥം.

വർഷങ്ങൾക്കുമുമ്പ് ഞങ്ങൾ കൂട്ടുകാർ സെക്കൻഷോ കഴിഞ്ഞ് നടന്നുവരുമ്പം ഏതോ അമ്മികൊത്തുകാരൻ ഉപേക്ഷിച്ച... ഒരു പൊട്ടിയ അമ്മിക്കുഴയിൽ എന്റെ കാലുവെച്ചുകുത്തി. വെറുതെ- നേര മ്പോക്കിനെന്നോണം ഞാനത് തട്ടിത്തട്ടി... തട്ടിയുരുട്ടി... ഷാപ്പുമു ക്കിലെ ആൽച്ചുവട്ടിൽ കൊണ്ടെത്തിച്ചു. വെറുതെ... വെറുമൊരു നേരമ്പോക്കിന്. പിറ്റേന്ന് ടൈപ്പ് കഴിഞ്ഞ് തിരിച്ചെത്തിയ ചേച്ചി -അടുക്കളയിലേക്ക് ഓടിച്ചെന്ന് അമ്മയോട് പറയുന്നത് കേട്ടു:

'അമ്മേ... അമ്മേ... ആലുഞ്ചോട്ടില് വിഗ്രഹം മുളച്ചു.' അമ്മയോ ടുള്ള ഈ പറച്ചിൽ-സഖാവ് ശ്രീധരൻ മാസ്റ്ററും കേട്ടു. അതായത് എന്റച്ഛൻ. അപ്പോൾ അദ്ദേഹം നടുമുറ്റത്തിരുന്ന് പാർട്ടിയുടെ നിർദ്ദേ ശപ്രകാരം ഒരു സ്മൃതിമണ്ഡപം പണിയുകയായിരുന്നു... അവസാന ആണി തല്ലിയിറക്കുകയായിരുന്നു. ചേച്ചിയുടെ ഉച്ചത്തിലുള്ള ഈ പറച്ചിൽ ഹേതുവായിട്ടായിരിക്കാം, അച്ഛന്റെ കൈയൊന്നു വിറച്ചു. തല്ല് കിട്ടിയ ആണി വളഞ്ഞു. അച്ഛന്റെ ഇടതു തള്ളവിരലിൽ ഗുളിക വട്ടത്തിൽ ചോര കല്ലിച്ചു!

●

അച്ഛന്റെ അർത്ഥം

കൊന്നാൽ പാപം തിന്നാൽ തീരും എന്ന പഴയപാഠം തിന്നാൽ പാപം കൊന്നാൽ തീരും എന്ന് തിരിച്ചിട്ടത് പട്ടാമ്പിയിലെ ഒരച്ഛനാണത്രെ. പരിഷ്കരിച്ച പാഠം കണ്ട് സംസ്കാരിക കേരളം നടുങ്ങിപ്പോയി. വാർത്ത എരിതീയായി. പത്ര-ദൃശ്യമാധ്യമങ്ങൾ അതിലേക്ക് ധാരമുറിയാതെ എണ്ണയൊഴിച്ചു കൊടുത്തപ്പോൾ നമ്മുടെ രാപ്പകലുകൾ മൊത്തത്തിൽ ഹരം പിടിച്ചു.

പക്ഷേ സംഗതി ആകെ വഷളാവുകയാണല്ലോ. ഇനിയുമിങ്ങനെ കണ്ണും കെട്ടി, തുലാസും തൂക്കിപ്പിടിച്ച് നിന്നാൽ ദേശം കുട്ടിച്ചോറാകില്ലേ? ... ഓർഡർ ഓർഡർ...

മൂർദ്ധന്യദശയ്ക്ക് തൊട്ടുമുമ്പ് കോടതി തന്റെ മരമുട്ടിയടിച്ച് വിധി പ്രസ്താവിച്ചു: 'ഇത് ഒരു ഒറ്റപ്പെട്ട സംഭവം മാത്രം കൃത്യം ചെയ്തു എന്നു പറയുന്നയാൾ തികഞ്ഞ മനോരോഗിയാണ്. ആയതിനാൽ പ്രതിയെ വെറുതെ വിടുന്നു.'

ഹാവൂ... സമാധാനം. ഇപ്പോഴാണ് ശ്വാസം നേരെ വീണത്. എന്റെയും എന്റെ നാടിന്റെയും മാനം കാത്തല്ലോ. ഇത് ന്യായം. ഇങ്ങനെവേണം കോടതി. ഞാനിപ്പോൾ എത്രമാത്രം അഭിമാനം കൊള്ളുന്നുണ്ടെന്നോ. രോമാഞ്ചം കൊള്ളും പോലെ. ദേ... ഇങ്ങോട്ട് നോക്ക്യേ... തിളക്കുകയല്ലോ എനിക്കും ചോര ഞരമ്പുകളിൽ!

ത്ഫ് ഫൂ!!

സ്വന്തം മകളെ ഭോഗിച്ച് കൊന്നിട്ട് അഭിമാനം കൊള്ളുന്നുപോലും. തിളക്കുകയാണത്രെ പിന്നെയും!

ശ്രീകണ്ഠേശ്വരാ... അങ്ങ് ഇതൊന്നും കാണുന്നില്ലേ? ശബ്ദതാരാവലിയുടെ ഏറ്റവും പുതിയ പതിപ്പിൽ അച്ഛന്റെ അർത്ഥം പാടേ മാറി.

ഇനിയും നിർവ്വചിക്കാനാകാത്ത ഏറ്റവും വലിയ തെറി(നപു) ഇങ്ങനെയാണിപ്പോൾ കൂട്ടിച്ചേർപ്പ്.

എന്നാലും എന്റെ പൊന്നുമോൾക്ക് സ്വന്തം വീട്ടിലും സ്വസ്ഥതയില്ലാതായോ? എവിടെ തിരിഞ്ഞാലും വേട്ടപ്പട്ടികളുടെ മുരടനക്കവും. ചെന്നായ്ക്കളുടെ സീറൊലിപ്പിച്ച്[1] നോട്ടവും മാത്രം. നാട്ടിലെ ആണുങ്ങൾക്ക് എന്തുപറ്റി? കോടതിവിധിപോലെ ഒറ്റപ്പെട്ട മനോരോഗികളുടെ എണ്ണം കൂടിക്കൂടി വരികയാണോ? ഇതിനായിരുന്നോ നാം സമ്പൂർണ്ണ സാക്ഷരരായത്? ഇതിന്റെ പേരാണോ- ഉപഭോഗ സംസ്കാരം? ചേർത്തുപിടിക്കേണ്ട വാക്കുകൾ ഒന്നൊന്നായി ചോർന്നു പോകുമ്പോഴാണോ സുന്ദരകേരളം യാഥാർത്ഥ്യമാവുക?

പട്ടിൽ പൊതിഞ്ഞ പച്ചത്തീട്ടം പോലെ പുരുഷമനസ്സ് അനുദിനം നാറുകയാണ്. അതുകൊണ്ടായിരിക്കാം കാഴ്ചയിൽ ഇത്രമാത്രം വൃത്തിയും വെടിപ്പും വേണമെന്ന് നാം വല്ലാതെ- ശാഠ്യം പിടിക്കുന്നതും.

●

1 കൊതിവെള്ളം

പിന്നേം... പിന്നേം...

ഉറുതിയാൽ പറക്കുന്ന പാറ്റപോലുള്ള അലുമിനിയപ്പൈസ വരും മുമ്പായിരുന്നു എന്റെ ഇളംബാല്യം. നല്ല ഘനവും ഒതുക്കവുമുള്ള നാണയത്തുട്ടുകൾ കൈമാറിയിരുന്ന കാലം. താമരച്ചിത്രമുള്ള 20 പൈസയ്ക്കകത്ത് പൊന്നിന്റെ അംശമുണ്ടെന്ന കിംവദന്തി പടർന്ന് പന്തലിച്ചകാലം. കിട്ടിയവർ കിട്ടിയവർ ഉരുക്കി മോതിരം തീർത്ത് ഗമയോടെ നടന്ന കാലം.

വെറുതെ കൈവള്ളയിൽ വെച്ചാലറിയും, ഒരു പ്രത്യേക തരം തണുപ്പായിരുന്നു അന്നത്തെ നാണയങ്ങൾക്ക്. ഉപയോഗിക്കാത്ത സമയത്തുള്ള ഇസ്തിരിപ്പെട്ടിയുടെ അടിവശം തൊട്ടാൽ കിട്ടുന്ന അതേ തണുപ്പും മിനുസവും. കൈത്തണ്ടയിലും കൈമടക്കിലും കവിളത്തും നെറ്റിത്തടത്തിലും നെഞ്ചത്തും മാറിമാറിവെച്ച് പലവട്ടം ആസ്വദിച്ചിട്ടുണ്ട് ആ തണുപ്പ്.

അതേ തണുപ്പുള്ള ഒരു നാണയം (5 പൈസയാണെന്നാ ഓർമ്മ) നീട്ടി ഒരു സന്ധ്യയ്ക്ക് അമ്മ പറഞ്ഞു. 'മോനേ... ഒന്ന് കടേ പോയിട്ട് വാടാ... ഒറ്റയോട്ടത്തിന്... ഉപ്പ് തീർന്നുപോയെടാ...'

സ്വതേ കുഴിമടിയനായ ഞാൻ അന്നെന്തോ... അമ്മ പറഞ്ഞ പാതി, ബൂസ്റ്റ് കുടിച്ച പരസ്യക്കുട്ടിയെപ്പോലെ തുള്ളിച്ചാടി. പിന്നെ അരനിമിഷം പാഴാക്കിയില്ല. ഞാനെന്റെ ഭാവനാബസ്സിൽ കയറി. സ്റ്റിയറിംഗിൽ ചുറ്റിപ്പിടിച്ചു. ചുണ്ടുരണ്ടും കൂട്ടിവിറപ്പിച്ചു. ഉപ്പല്

തെറിപ്പിച്ച്, സ്റ്റാർട്ടിങ് ശബ്ദമുണ്ടാക്കി. രണ്ടുവട്ടം താളത്തിൽ പോം... പോം... ഹോണടിച്ചു. ഗിയറുണ്ടയിൽ പിടിച്ച് ഇടയ്ക്കിടെ മുന്നോട്ടും പിന്നോട്ടും കൈനടത്തി. അടുത്തപടി ഒറ്റക്കുതിപ്പായിരുന്നു. കോലായിൽ നിന്ന് മുറ്റത്തേക്കും മുറ്റത്തു നിന്ന് ഒതുക്കുകൾ വഴി പ് ട് പ് ട് പ് ട് പ് ടാന്ന് ഇടവഴിയിലേക്കും. സ്പീഡ് ഒന്നു കൂട്ടി വളവ് തിരിഞ്ഞപ്പോൾ പെട്ടന്നോർമ്മവന്നു ഇടവഴിയിൽ വെച്ച് ഇതേ ബസ്സ് മുമ്പൊരിക്കൽ ഒരു കുരിഞ്ചേരയ്ക്ക് സൈഡ് കൊടുക്കാനാകാതെ തകിടം മറിഞ്ഞിട്ടുണ്ട്. കാലിന്റെ മുട്ട് രണ്ടും ചെരകി രണ്ടാഴ്ച വർക്ക് ഷോപ്പിൽ കിടന്നിട്ടുണ്ട്.

'ബാസ്കരേട്ടാ... ഇര്ന്നാഴി ഉപ്പ്.' ഇത്രേം പറഞ്ഞ് ട്രൗസറിന്റെ കീശേ കൈയിട്ടു നോക്ക്യപ്പം, നോക്ക്യപ്പോ... അതേടപ്പോയി..?

പടച്ച തമ്പുരാനേ... ഷോക്കടിച്ചപോലെ മേലാകെ തരിപ്പ്കേറി. കണ്ണ്മങ്ങി.

കുനിഞ്ഞും കുന്തിച്ചും താണും ചെരിഞ്ഞും നിലംപറ്റിക്കിടന്നും പച്ചപ്പുല്ല് വകഞ്ഞും അരിച്ചുപെറുക്കി. എന്നാലും അതേത് പാതാളത്തിലാ പോയ്ക്കളഞ്ഞത്...?

അന്ന് രാത്രി അച്ഛന്റെ കൈയിൽ നിന്ന് കിട്ടിയ തല്ലും ഉറങ്ങാൻ കിടന്നപ്പോ അമ്മയുടെ നിർത്താത്ത പിറുപിറുക്കലും ഒന്നുമായിരുന്നില്ല. ഇനിയൊരിക്കലും ആ അഞ്ചുപൈസ തിരിച്ചുകിട്ടില്ലല്ലോ—

എന്നോർത്തപ്പോഴാണ്...

തല്ലിയ അച്ഛനും പോയി. നിർത്താതെ പിറുപിറുത്ത അമ്മയും പോയി. എന്നിട്ടും പരതുകയാണ്. പിന്നേം... പിന്നേം...

ഒക്കെ ഒളിഞ്ഞിരുന്ന് കാണുന്നുണ്ടാവും.

ഒരിക്കലും തിരിച്ചുകിട്ടില്ലെന്നറിഞ്ഞിട്ടും തിരഞ്ഞുകൊണ്ടിരിക്കുന്ന എന്റെയീ വിഡ്ഢി വേഷം നോക്കി ഊറിയൂറി ചിരിക്കുന്നുണ്ടാവും. നാടുവിട്ടയാൾ കാണാമറയത്തിരുന്ന് സ്വന്തം വീട്ടുവിശേഷങ്ങളിലേയ്ക്ക് തലയിടും പോലെ ഏന്തിയേന്തി നോക്കുന്നുമുണ്ടാവും. അല്ലേ... എന്റെ ആ അഞ്ചുപൈസച്ചങ്ങാതി?

●

സ്നേഹപ്പറ്റ്

വത്തിലും പ്രീഡിഗ്രിക്കും തോറ്റ്, ചാരായത്തിൽ നീന്തിത്തുടിച്ചകാലം. നൈറ്റ്ഡ്യൂട്ടി കഴിഞ്ഞവന്റെ മട്ടിലായിരുന്ന വീട്ടിലെത്താറ്. പലപ്പോഴും പള്ളിവാങ്കും പി. ലീലയുടെ ജ്ഞാനപ്പാനയും കോഴിക്കൂവലും ഒറ്റപ്പെട്ട കാക്കക്കരച്ചിലും കേട്ടുകൊണ്ട് അരത്തിണ്ണയിൽ അനാഥനെപ്പോലെ കുത്തിയിരിക്കും. പുലരാൻ ഇനിയുമുണ്ട് നേരം. സിമന്റ് കോലായിൽ ഉടുലുങ്കി വിരിച്ച് അതിന്റെ പാതികൊണ്ടുതന്നെ പുതച്ച് ചുരുളും.

ഉറങ്ങില്ല. ഇരുളിലേക്ക് ഉറ്റുനോക്കും.

ആദ്യമുണരുന്നത് അച്ഛനാണ്. ടവർബോൾട്ടിന്റെ അനക്കം കേട്ടതും ചാടിപ്പിടഞ്ഞെഴുന്നേറ്റ് ലുങ്കിയുടുത്ത് ഒരു മാന്യദേഹത്തിന്റെ ഭാവം വരുത്തിക്കൊണ്ട്, മുറ്റത്ത് വന്നുവീണ ഇളം ചൂടുള്ള പത്രം നിവർത്തി കണ്ണ് പായിക്കും. പേജ് മറിക്കുമ്പോൾ, ഇടയിൽപ്പെട്ട പ്രതിഭാവിദ്യാഭവന്റെയോ ശ്രീനാരായണാട്യൂട്ടോറിയലിന്റെയോ 'അഡ്മിഷൻ തുടരുന്നു; എന്ന് വലുതായി അച്ചടിച്ച ചെറുനോട്ടീസ് സ്ലോമോഷനിൽ ഊർന്നു വീഴുന്നുണ്ടാവും.

കതക് നാല് പാളിയാണ്. നീളത്തിൽ ഒരു പകുതി തുറന്നു കിട്ടേണ്ടതാമസം, പുറത്തുവരാനോങ്ങിയ അച്ഛനെ വെട്ടിച്ച് (അതോ അച്ഛൻ കരുതിക്കൂട്ടി ഒതുങ്ങിത്തന്നതോ...?) ശ്വാസം വിടാതെ മുകളിലത്തെ മുറിയിലേക്ക് കുതിക്കും.

പകൽ 11നും 12നും ഇടയിലുള്ള സമയം. എനിക്കേറ്റവും ഇഷ്ടമുള്ള നേരമാണത്. സുന്ദര സുവർണ്ണനിമിഷങ്ങൾ...

എല്ലാവരും പോയിട്ടുണ്ടാകും. അടുക്കളയിൽ അമ്മയും ഇടവഴിയിൽ മീൻകാരന്റെ കൂവൽ കേൾക്കുമ്പം മാത്രം കരയുന്ന പൂച്ചയും മാത്രം. ഇതാണ് തക്കസമയം അമ്മയെ സോപ്പിടാൻ പറ്റിയ സമയം. ഇനി ഇത്തിരിനേരം അമ്മയുടെ കണ്ണിലുണ്ണിയാകാം.

ആഴക്കിണറാണ്. പത്തുമുപ്പത്തിരണ്ടുകോൽ അകലത്തിലുള്ള വെള്ളം കോരി നിറച്ചുകൊടുക്കും. പൊതുവെ ക്ഷാമകാലമായതുകൊണ്ട് ഏറ്റവും ചെറിയ പാത്രത്തിലും. പാത്രങ്ങൾ കഴിഞ്ഞാൽ പ്ലാസ്റ്റിക്ക് മഗ്ഗിൽ. എന്തിന്, ചിരട്ടകളിൽപ്പോലും നിറച്ചുവെച്ചിട്ടുണ്ട്. പിന്നെ വിറക് കീറി വെയിലത്ത് ചിക്കിയിടും. കത്തിക്കാൻ പാകമായത് അടുപ്പുന്തിണ്ണമേൽ അടുക്കിവെക്കും. അരയ്ക്കാൻ തേങ്ങയില്ലെന്നു വന്നാൽ കെട്ടിപ്പുണർന്ന് തെങ്ങിൽ കയറും 'മോനേ... പൊറമട്ടല് പിടിക്കല്ലേ...' നെഞ്ഞുരച്ചുകയറുന്ന എന്നെനോക്കി അമ്മ നെഞ്ചിടിപ്പോടെ നിൽക്കുന്നുണ്ടാകും; താഴെ വാ പൊളിച്ച്; എന്നെക്കാൾ കിതപ്പോടെ, ഇട്ട തേങ്ങ ഉരച്ച് ഒടച്ച് ചെരകിക്കൊടുക്കും കൂടെയിരുന്ന് മുരിങ്ങയില നുള്ളും ചക്കക്കുരു ചുണങ്ങും അപ്പോഴൊക്കെ അമ്മ നിർത്താതെ വർത്തമാനം പറയും. തറവാടും താവഴിയും അമ്മയുടെ കഴിഞ്ഞകാലവും എന്നെ പ്രസവിച്ച കഥയും എന്റെ ചെറുപ്പത്തിലെ ശൌക്കും[1]... നൂറുതവണ കേട്ടതായിരിക്കും. എന്നാലും കേൾക്കും. ഇടയ്ക്കൊരു മൂളലോടെ കഞ്ഞീം ചമ്മന്തീം നല്ലോണം ഞമിണ്ടി കിണ്ണം കൈയിലെടുത്ത് ചുണ്ടോടുചേർത്ത് ഒറ്റവറ്റും കളയാതെ വലിച്ചുകുടിക്കുമ്പോൾ- എന്റെ ഓമനപ്പൂച്ച മേശക്കടിയിലൂടെ നൂണുവന്ന് എന്റെ കണങ്കാലിൽ മുഖം പറ്റിച്ച് അമർത്തിച്ചേർത്ത് ശക്തിയോടെ ഉരുമ്മുന്നുണ്ടാവും; അതിന്റെ പഞ്ഞിദേഹം മുഴുനീളത്തിൽ വാലറ്റം വരെ നന്നായിവിറപ്പിച്ചും കൊണ്ട്. എല്ലാവർക്കുമുണ്ട് അല്ലേ സ്നേഹത്തിന്റെ ഒരുതരം പറ്റിച്ചേരൽ?

●

1 ചന്തം

അതായിരുന്നു ഞങ്ങൾ

ജീവിതത്തോട് ആക്രാന്തം കാണിച്ച് ഒടുക്കം അയൽപക്കത്തെ കിണറ്റിൽ ആത്മഹത്യചെയ്ത ഡ്രോയിങ്ങ് ബാലമ്മാഷിന്റെ 'ഫാൻസി ക്രാഫ്റ്റ്' എന്നു പേരുള്ള ഫർണീച്ചർ കടയായിരുന്നു ഞങ്ങളുടെ അന്നത്തെ തട്ടകം. അവിടുന്നാണ് മരപ്പണിയുടെ ബാലപാഠങ്ങൾ തൊട്ടുഴിഞ്ഞത്. പിന്നെ പലപല പണിക്കും പോയിട്ടുണ്ട്. മരം മുറിക്കാരന്റെ കൈയാളായി... തെങ്ങുകയറ്റക്കാരനായി. കൈവണ്ടിയിൽ ചെത്തുകല്ല് പൂഴി ജില്ലി കയറ്റി നാട്ടുകാരുടെ വീട്ടുമുറ്റത്തെത്തിക്കുന്നോനായി... പൊരമേയാനും വെള്ളവലി(വൈറ്റ് വാഷ്)ക്കാനും...

അന്നത്തെ ചെറുപ്പക്കാരുടെ പ്രധാന ഹോബി സെക്കന്റ്ഷോ ആയിരുന്നു: നൂൺഷോയും (ശുക്ലം മണക്കുന്ന കൃഷ്ണാടാക്കീസ് കത്തിപ്പോയി ചങ്ങാതീ...)

പിന്നെ വട്ടത്തിലിരുന്ന് അവില് കൊയച്ച് തിന്നും; ഞാറാഴ്ച്ച രാത്രികളിൽ സ്ഥിരം ആരാന്റെ പറമ്പിലെ എളന്നീരും മരക്കേങ്ങും (മരച്ചീനി) കക്കും. അതിന് ടൈംടേബിളൊന്നുമില്ല. മൂക്കിനു മൂക്കിനുള്ള ചാരായഷാപ്പിൽ കേറിയിറങ്ങി നട്ടപ്പാതിര പട്ടാപ്പകലാക്കും. എങ്കിലും ഇന്നത്തെപ്പോലെ കുടിക്കാനായുള്ള കുടിയായിരുന്നില്ല. നാടിനും വീടിനും ഉപകാരികളായ-കുട്ടിന് ചില്ലറ കുരുത്തക്കേടുള്ള -മേലനങ്ങിപണിയെടുക്കുന്ന, ഉത്സാഹികളായ-ഒരു കൂട്ടം ചെറുപ്പക്കാർ. അതായിരുന്നു ഞങ്ങൾ. ഉത്സാഹംന്ന് പറഞ്ഞാൽ നല്ലോണം ഉത്സാഹിക്കും. വിയർത്തുതന്നെ.

ഏതൊരുകാര്യവും മനസ്സറിഞ്ഞ് ചെയ്യും; ആളും തരവും നോക്കാതെകണ്ട്. കിട്ടുന്ന കാശിന്റെ നല്ലൊരു ഭാഗം അമ്മയെ ഏൽപ്പിക്കും. ഒരുപങ്ക്. കോപ്പർറ്റീവ് ബാങ്കിൽ നിന്നും ഡെയ്‌ലി കളക്ഷന് വരുന്ന തടിയൻ ദിനേശനെ ഏൽപ്പിച്ച് ഒപ്പിട്ട് ചീട്ട് വാങ്ങും. അക്കാലത്തെ പണിക്കൂലിയിൽ നിന്ന് പ്രീ-പബ്ലിക്കേഷൻ തവണകളായടച്ച് തപാൽ വഴി സ്വന്തമാക്കിയ എൻ ബി എസ്സിന്റെ ശബ്ദതാരാവലിയും അദ്ധ്യാത്മരാമായണവും തന്നെയാണ് ഇപ്പോഴും എന്റെ കൊച്ചു വായനപ്പെട്ടിയിലെ രണ്ടു മഹാഗ്രന്ഥങ്ങൾ.

മുക്കിനു മുക്കിനു ചാരായമുള്ളതുപോലെ ക്ലബ്ബുകളുമുണ്ടായിരുന്നു. ആർട്ട്സ് & സ്പോർട്സ് ക്ലബ്ബുകൾ. വൈകുന്നേരങ്ങളിലെ കൂടിയിരിപ്പുകളിൽ നിന്നും ഉയിർക്കൊണ്ട ഇത്തരം ക്ലബ്ബുകളായിരുന്നു ഞങ്ങൾക്ക് നാട്ടുകാർക്കിടയിൽ ഏറെക്കുറേ നെലേം വെലേം ഉണ്ടാക്കിത്തന്നത്. ഈയിടെ നാട്ടിൽ ചെന്നപ്പോൾ പ്രായംചെന്ന ഒരമ്മയെ കാണാനിടയായി. മീശ പാടേ നരച്ചുപോയ എന്നെ അവർക്ക് ലവലേശം പിടികിട്ടിയില്ല. ഞാനടുത്തു ചെന്ന് സ്വയം പരിചയപ്പെടുത്തിയപ്പോ, അവർ അന്തംവിട്ടെന്നെ നോക്കി. 'എടാ കുട്ടാ നീയോ...? വാ പൊളിച്ച് ശ്വാസം മേലോട്ടെടുത്ത് അങ്ങനെത്തന്നെ നിന്നുപോയി. ലേശം കഴിഞ്ഞപ്പോ പറഞ്ഞു. 'എടാ മോനേ... നിന്റെ ആ യൗവ്വനം എനിക്ക് ഒരുപാടിഷ്ടമായിരുന്നു.' അതുകേട്ടപ്പോ ഞാൻ വാപൊളിച്ചുപോയി. കല്ലും മണ്ണും ചുമന്ന് ജീവിതം തീർത്ത പഴയ സരളേച്ചി തന്നെയാണോ ഈ പറയുന്നത്? ഒരു ഗ്രാമം ഞങ്ങളെ എത്രമാത്രം ഒപ്പിയെടുത്തിരിക്കുന്നുവെന്നറിയാൻ പത്തുമുപ്പത്തഞ്ച് കലണ്ടറുകൾ ആണിയിൽ കൊളുത്തിയും എടുത്തുമാറ്റേണ്ടിയും വന്നല്ലോ എന്നോർക്കുമ്പം...

ഞങ്ങളുടെ ക്ലബ്ബിന് കിം-കലാവേദി എന്നായിരുന്നുപേര്. താഴെ ബാലമ്മാഷിന്റെ ഫാൻസി ക്രാഫ്റ്റ്. മോളിയിൽ കിമ്മും. പ്രസിഡന്റും സെക്രട്ടറിയും ഖജാൻജിയും മീറ്റിങ്ങും സീലും സ്റ്റാമ്പ് പേഡും വയലറ്റ്മഷിയും നോട്ടീസും വീടുവീടാന്തരപ്പിരിവും ബാനറും കൊടി തോരണങ്ങളും... എല്ലാ നല്ലവരായ നാട്ടുകാരുടേയും സഹായസഹകരണങ്ങളോടെയുള്ള വാർഷികാഘോഷങ്ങളും... അങ്ങനെ 'കിം' വളർന്നു. തെഴപ്പും മുഴപ്പും കണ്ടപ്പോൾ തൊട്ടടുത്ത മുക്കിലെ കബ്ബുകാരുടെ അസൂയയ്ക്കും വളർച്ചയുണ്ടായി. അതുപിന്നെ ഉണ്ടാകുമല്ലോ. സമപ്രായക്കാർ തമ്മിലൊരു വാശി. ഞങ്ങളും അത്രയേ കണ്ടുള്ളൂ.

പക്ഷേ നാട്ടിലെ പ്രമാണികളായ നമ്പ്യാന്മാർക്ക് ഞങ്ങളുടെ കളി ഒട്ടും രസിച്ചിരുന്നില്ല. 'അത്കൊറച്ച് ആശാരിപ്പിള്ളേരുടെ കാട്ടിക്കൂട്ടല്.' പൂച്ചനമ്പ്യാര്, അനാദിപ്പീട്യ നടത്തുന്ന ബാസ്കരേട്ടനോട് പുച്ഛം കലർത്തി പറയുന്നത് തൊട്ടുപിറകിലിരുന്ന് ദിനേശ് ബീഡി വലിച്ചോണ്ടിരുന്ന ഞാനെന്റെ രണ്ടുചെവിയാലെ കേട്ടതാ...

അതേ നമ്പ്യാര്, എന്റെ വിരലിടുക്കിലെ ബീഡി കുറ്റിയാകും മുമ്പ് തലകറങ്ങിവീണതും എടുത്താൽ പൊങ്ങാത്ത ആ ശരീരത്തെ താങ്ങിപ്പിടിച്ച് ഓട്ടോയിലിരുത്തി യശമാന്റെ തിണ്ണവരെ കൊണ്ടെത്തിക്കാനുള്ള 'മഹാഭാഗ്യം' കിട്ടിയതും എനിക്ക്. എന്നിട്ടും നമ്പ്യാര് ഹുങ്ക് വിട്ടില്ല. 'എറങ്ങിപ്പോടാ എന്റെ മുറ്റത്ത് നിന്ന്'' വയ്യാത്ത ശബ്ദത്തിലും നമ്പ്യാര് എന്നെ അട്ടിയിറക്കി.

ഇപ്പോഴും-ഓരോ അവധിക്കാലത്തും നാട്ടിലെത്തുമ്പോ ഞാൻ ശ്രദ്ധിക്കാറുണ്ട്. 'നമ്പ്യാർ ഹുങ്ക്'' അന്നും ഇന്നും അതേ പടിയിൽ തന്നെയാണ് നിൽപ്പ്. അല്ലെങ്കിലും-

ജാതിഭേദവും മതദ്വേഷവും

രണ്ട് സുസ്ഥിര വൃക്ഷങ്ങളാണല്ലോ.

വേരോടെ പിഴുതെറിയുക അസാധ്യവും

കാരണം അവ പടർന്നു പന്തലിച്ചത്

എന്റെയും നിന്റെയും ഉള്ളിലാണ്.

അഥവാ- ഞാൻ ആശാരിജാതിയായിപ്പോയല്ലോ എന്ന എന്നിലെ ഹീനചിന്തയും ഹുങ്കല്ലാതെ മറ്റെന്ത്?

ഓർമ്മപ്പറമ്പ്

കുനിയിൽ ബാലകൃഷ്ണേട്ടന്റെ (കണ്ടക്ടറായി തുടങ്ങി, മേനകാബസ്സിന്റെ മുതലാളിയായി) വീട്ടില് പാലിന്റെ പോകുന്ന വഴിക്കാ അമ്പലപ്പറമ്പ്, വല്ലപ്പോഴും കൊല്ലൻ നാണ്വേട്ടൻ ചൂണ്ടയിട്ട് കൈച്ചിലിനെ പിടിക്കാനും കൊപ്പരക്കിട്ടേട്ടൻ കുളിസാക്കാനും മാത്രേ അന്ന് അമ്പലക്കുളവും പരിവട്ടവും ഉപയോഗിച്ചിരുന്നുള്ളൂ. മേലെ കണ്ടത്ത്ന്ന് എത്തിനോക്ക്യാൽ ആഴമുള്ളൊരു കാടുപോലെ തോന്നും. കുളക്കരേല് ചുറ്റും കവുങ്ങാണ്. പഴുത്തടക്കേംപാളേം അളിഞ്ഞ് വെള്ളത്തിന് തീട്ടം കലങ്ങിയ നെറം. അന്നൊന്നും ഒരാളും അയിലേ പെരിയ പൊവ്വല്ല. ആകെ ഇരുട്ടാ. ആ ഇരുട്ട് മുറിച്ചു കടന്നിട്ടുവേണം. രാധേടത്തി (ബാലകൃഷ്ണേട്ടന്റെ പുതുപ്പെണ്ണ്) അടുക്കളപ്രത്തുനിന്ന് ഒഴിച്ചുതരുന്ന അരഗ്ലാസ് പാലും ഓർളിക്സ് കുപ്പീല് കാഭാഗേകാണ്യ... അടീലെ തരിതരിപ്പ് ഡിസൈനിന്റെ തൊട്ടുമീതെ കഷ്ടിച്ച്) കൊണ്ടുവരേണ്ടത്. മിക്കവാറും പോയപോലെത്തന്നെ തിരിച്ചുവരവും ഓട്ടം തന്നെയാ. അമ്പലപ്പറമ്പിലെ ആനച്ചിത്രം കൊത്തിയ കരിങ്കൽപ്പാളിയെ എത്രയോ തവണ ഹൈജമ്പും ലോങ്ജമ്പുമാക്കി കുതികുതിച്ചിട്ടുണ്ട്; പേടിച്ചിട്ട്. ചട്ടികളിക്കു പറ്റിയ പലകപോലത്തെ ഓട്ടുകഷ്ണം ഒരുപാടുണ്ട് അമ്പലപ്പറമ്പ് നിറയെ. ക്രിക്കറ്റിന്റെ മുത്തച്ഛനാ ചട്ടികളി.

ബാലകൃഷ്ണേട്ടന്റെ അടുക്കളപ്രത്ത് നിന്നാൽ മണലോത്ത് വീടിന്റെ മുമ്പറം തെളിഞ്ഞു കാണാം. നീണ്ടുപരന്നുകിടക്കുന്ന വെളുത്ത വീട്. വാടകയ്ക്ക് കൊടുത്തിരിക്കുകയാണ്. രാത്രിയായാൽ ഒച്ചത്തിലുള്ള പറച്ചിലും കൂട്ടച്ചിരിയും കേൾക്കാം. ശനിയും ഞായറും മണലോര ത്തിന് സ്വൈരമായി ഉറങ്ങാം. മടപ്പള്ളി കോളേജിലെ അഞ്ചാറ് മാഷ്മ്മാരാ താമസക്കാര്. എല്ലാ വെള്ളിയിലും നാട്ടീപ്പോകും. തിങ്കളേ തിരിച്ചെത്തൂ...

മണലോത്ത് കണ്ടിയിറങ്ങി കെഴക്കോട്ട് നടന്നാൽ കോളേജ് കുന്നായി. പടിഞ്ഞാട്ട് കുണ്ടെടയാണ്. ഈ കുണ്ടെടേന്റെ നേരം മേലത്തെ തട്ടിലാ ഇല്ലപ്പറമ്പ്, ഇല്ലപ്പറമ്പിന്റെ ബേക്കില് ആളധികം പോകാത്ത ഒരെടയുണ്ട്. വെളീലക്കാട് നെറഞ്ഞ-പെട്രോള് പരന്ന പോലുള്ള ചളുപ്പ് കുഴി. അതിന്റെ കരപറ്റിയാണ് അന്നത്തെ ശ്രീധ രമ്മാഷും മൂത്തമോനും ഏറെക്കാലം തൂറാനിരുന്നത്.

നേരത്തെ പറഞ്ഞ കുണ്ടെടേല്. എന്നും സന്ധ്യപറ്റുമ്പം രണ്ടു മൂന്നാളെങ്കിലും ഉക്കറ്റിരിക്കുന്നുണ്ടാകും. അത് തൂറാനുള്ള ഇരിപ്പല്ല മറ്റേ മുട്ട്. ഇല്ലത്തെ മ്മദിന്റെ വീട്ട്ന്ന് ഒരനുഭാവി പടിയിറങ്ങിയാൽ ഉക്കറ്റിരിക്കുന്നവരിൽ ഒരാൾ പൂച്ചക്കാലിൽ പടികേറുകയായി. പൊശമ്മൊക്കെ ഉസ്കൂളീ പഠിക്കുന്ന [illegible] കുന്നുമ്മലുസ്കൂളി പഠിക്കുന്ന എനക്കോ അതിന്റെ ഗുട്ടൻസ് ആദ്യം പിടികിട്ടിയില്ല.

ഒരു സന്ധ്യ കഴിഞ്ഞ സമയം. ഏഴ് ഏഴരയായിക്കാണും. ഇല്ലത്തെ നബീസു 'ഭാഗ്യേ... ഭാരതിയേച്ച്യേ...' എന്നിങ്ങനെ തൊണ്ടകാറി. തീപ്പിടിച്ച മാതിരി പരക്കം പാഞ്ഞെത്തി, മാരാംവീട്ടിലെ മുറ്റത്ത്, മാരാംവീടും വാടകവീടാ. മടപ്പള്ളി ഉസ്കൂളിലെ മാധവിട്ടീച്ചറാണ് ഉടമ. ശ്രീധരൻമ്മാഷും കുടുംബോം താമസക്കാരും. 'ഭാഗ്യം' മൂത്തചേച്ചി യുടെ ഇക്കിട്ടപ്പേര്. ഭാരതി എന്റമ്മയും.

മാഷിന്റെ വീടായതുകൊണ്ട്. നബീസുനെ ഓടിച്ചിട്ട് പിടിക്കാ മെന്നു കരുതിയ മൂന്നാളും അമ്പലപ്പറമ്പത്ത് ആനച്ചിത്രം കോറിയ കരിങ്കല്ലുമ്മല് കേറിനിന്ന് മൂത്ത ചെന്നായ്ക്കളെപ്പോലെ ഇളിച്ചുകാട്ടി. പുലയാട്ടും തുടങ്ങി. നന്നേ ചെറുപ്പത്തിൽത്തന്നെ മേത്തരം തെറികൾ കേട്ടതുകൊണ്ടായിരിക്കാം പിന്നെ കേട്ട തെറികൾക്കൊന്നും അത്ര തെറിപ്പ് തോന്നിയില്ല.

പക്ഷേ കാര്യം നിസ്സാരമല്ല. നബീസൂനെ തരപ്പെടുത്തിത്തരാമെന്നേറ്റ മമ്മദ് കാശ് കൈപ്പറ്റിയിട്ട് നാളേറെയായി. ചോദിക്കുമ്പം ചോദിക്കുമ്പം നാളെ... നാളെ... പറഞ്ഞ് മമ്മദ് വഴുക്കിക്കളിച്ചു. നാളിതുവരെ കാര്യം സാധിക്കാത്തതിൽ ക്ഷമയറ്റ ഉപഭോക്താക്കൾ അക്രമാസക്തരായതിൽ തെറ്റെന്ത്?

നബീസൂനെ അമ്മ വേഗം തന്നെ ചേർത്തുപിടിച്ച് അകത്തേക്ക് കൂട്ടിക്കൊണ്ടുപോയി. നബീസു ചുമരും ചാരി കിടികിടാ വിറച്ചു. പ്രാപ്പിടിയന്റെ പിടിയിൽ നിന്നും നസീബിനു രക്ഷപ്പെട്ട കോഴിക്കുഞ്ഞിനെപ്പോലെ. ഇതേ സമയം അമ്പലപ്പറമ്പിലെ തെറി. പൂരത്തെറിയായി പൊട്ടിച്ചിതറാൻ തുടങ്ങി. അമ്മ, ഞങ്ങളേം വാരി അകത്താക്കി വാതിലടച്ച്-എടവും വലവും ഓടാമ്പലിട്ടു. ഇങ്ങനെ പല രാത്രികളിലും നബീസുവിന്റെ ഉറക്കം മാരാംവീട്ടിലായി.

ശ്രീധരമ്മാഷ് ഇതൊന്നും അറിഞ്ഞതേയില്ല. കേളുബസാറിൽ ശേഖരേട്ടന്റെ ചായപ്പീട്യേന്റെ മേലെയുള്ള എം.ടി. കണാരൻ സ്മാരക ആർട്ട്സ്&സ്പോർട്ട്സ് ക്ലബ്ബിന്റെ മൂലയിലിരുന്നു അരിവാൾ ചുറ്റിക നക്ഷത്രം വരച്ചുകൊണ്ടേയിരിക്കുകായിരുന്നു. നല്ലൊരു നാളേയ്ക്കു വേണ്ടി;

നിരന്തരമായ വര...

മനുഷ്യമാഷ്

ക്ലാസ് മുറിക്കകത്ത് വെട്ടേറ്റും വരാന്തയിൽ കിടന്ന് ചവിട്ടേറ്റും ചത്തത് മാഷ്. മൂലത്തിൽ കട്ടപ്പാര കേറി കിടക്കുന്നതും മാഷ്. വിദ്യാർത്ഥിനിയെ തന്ത്രത്തിൽ ലോഡ്ജിലെത്തിച്ച് പിഴിഞ്ഞ് ചാറെടുക്കാനൊരുമ്പെട്ടത് ഒരു ഹെഡ്മാഷ്. ഇത്രയും പറഞ്ഞത് വാർത്തയിലെ മാഷ്, എന്നാൽ ഒരിക്കൽപ്പോലും ഒരാൾക്കും പിടുത്തം കൊടുക്കാതെ അതിവിദഗ്ധമായി കണ്ണടച്ച് പാല് കുടിക്കുന്ന 'കണ്ടൻ പൂച്ചകൾ' ഇനിയുമെത്രയോ എണ്ണം കേരളത്തിന്റെ എൽ.പി, യു.പി. ഹൈ-ഹയർ സെക്കണ്ടറി തസ്തികകളിൽ യഥേഷ്ടം പമ്മിപ്പമ്മി നടക്കുന്നില്ലെന്ന് ആര് കണ്ടു?

മാഷേ... താങ്കളെ ആരെങ്കിലും 'മാഷേ..' എന്ന് സംബോധന ചെയ്യുന്നുണ്ടെങ്കിൽ സൂക്ഷിക്കണം. തീർച്ചയായും അതിന്റെ ഉള്ളർത്ഥം. 'നായിന്റെ മോനേ...' എന്നുതന്നെയാണ്. അല്ലെങ്കിൽ അതിലും വലിയ മറ്റേതോ തെറി.

അല്ല, എന്റെ വെലകളഞ്ഞത് ഞാൻ തന്നല്ലേ? ചോക്കിനുപകരം ലിംഗംകൊണ്ട് എഴുതി പഠിപ്പിക്കുന്ന ശീലം ഞാൻ ഏത് ട്രെയിനിംഗ് സ്കൂളിൽ നിന്നാണ് അഭ്യസിച്ചത്?

വിദ്യയും വിദ്യാഭ്യാസവുമൊക്കെ പോയില്ലേ... മൊത്തം കൊളമായില്ലേ... ആരെങ്കിലും ഇങ്ങനെ പറയുന്നുണ്ടെങ്കിൽ അതിൽ കാര്യമുണ്ട്. കാരണം കൊളം തോണ്ടിയവരിൽ മുമ്പൻ മാഷ് തന്നെ.

(ഇത് ഒരു ഒന്നടങ്കം പറച്ചിലല്ല... സ്കൂളിനെയും കുട്ടികളെയും അളവറ്റ് സ്നേഹിക്കുന്ന-അഹോരാത്രം പാടുപെടുന്ന- സ്വപ്നം കാണുന്ന ആയിരക്കണക്കിന് നല്ല മാഷ്മാരുടെ സംസ്ഥാനം തന്നെയാണ് കേരളം)

ഒരു മാഷ്: എന്താന്നറിയില്ല. ഇങ്ങോട്ട് വരാനേ തോന്നുന്നില്ല. വന്നാൽത്തന്നെ ക്ലാസിൽ പോകാനേ തോന്നുന്നില്ല. പോയാൽത്തന്നെ കുട്ടികളെ കാണുന്നതേ കലിയാ... ഇനിയഥവാ വല്ലതും പറഞ്ഞുകൊടുത്താലോ അത് മൊത്തം അബദ്ധവുമായിപ്പോകും.

മറ്റൊരുമാഷ് : ഇതൊക്കെ ഇത്ര മതിയെടോ... ഇനി നാട് നന്നാവ്വോ? നമ്മളെക്കൊണ്ട് നന്നാക്കാമ്പറ്റ്വോ? നിന്നോട് ഞാൻ അന്നേ പറഞ്ഞതല്ലേ- മക്കളെ ഇവിടെ പഠിപ്പിക്കണ്ട... പഠിപ്പിക്കണ്ടാന്ന്... എത്ര്യേം പെട്ടെന്ന് ടീസീ വാങ്ങി വേറേതെങ്കിലും നല്ല സ്കൂളിൽ കൊണ്ടുപോയിചേർക്ക്.

എങ്ങനുണ്ട്? ഇതാണ് ഇന്നത്തെ ഒരു ശരാശരി അദ്ധ്യാപകന്റെ മനസ്സിലിരിപ്പ്. പറയൂ... പാര കേറ്യാ മതിയോ? ഇത്രയേറെ മനസ്സ് ചുങ്ങിപ്പോയ ഒരു വർഗ്ഗം സമൂഹത്തിൽ വേറെയുണ്ടോ? സമാരാധ്യനും അധ്യക്ഷനും ബഹുമാന്യനും പൂജനീയനുമൊക്കെയായിരുന്ന ഗുരുവിനെ പുത്തൻതലമുറ വായ് നോക്കി... വൃത്തികെട്ടവനേ... വഷളാ... എന്നൊക്കെയാണ് നീട്ടിവിളിക്കുന്നത്. അതും പെൺകുട്ടികളിൽ നിന്നാണ് ഈ 'ഉൾവിളി' ഏറ്റവുംമധികം ഉയർന്നുപൊങ്ങുന്നത്. അപ്പോൾ എവിടെയെത്തി നമ്മുടെ മാതാപിതാഗുരുവിലെ ഗുരു?

ഇന്നത്തെ കുട്ടികൾ അദ്ധ്യാപകനെ ശരിക്കും വിലയിരുത്തിക്കഴിഞ്ഞു. ഇയാളൊരു പോങ്ങനാണ്. പണ്ടെന്നോ പരീക്ഷ പാസാവാൻ പഠിച്ച പാഠങ്ങൾക്കപ്പുറം ഒരു വസ്തുവുമറിയാത്തവൻ. ലോകവിവരം ഒട്ടുമില്ല. സദ്ഗുണങ്ങളെന്തെന്നറിയാത്തവൻ. അതിസ്വാർത്ഥൻ. ഒരു ചോദ്യത്തിനും ശരിയുത്തരം തരാത്തവൻ. അങ്ങോട്ടു പറയുന്നതൊന്നും ശ്രദ്ധിക്കാത്തവൻ. എന്നും വൈകി വന്ന് നേരത്തേ തടിതപ്പുന്നവൻ...

ഇതൊന്നും ഞാൻ വെറുതെ ഉണ്ടാക്കി പറയുന്നതല്ല. ഞാനെന്റെ ഒരനുഭവം പകർത്തുന്നുവെന്നുമാത്രം.

ഏതു കഴുതയ്ക്കും ഇപ്പോ ഗായകനാകാം (ദാസേട്ടന്റെ വാക്ക്) എന്നു പറഞ്ഞപോലെ അണ്ടനും അടകോടനും അദ്ധ്യാപകന്റെ വേഷം കെട്ടിയതോടെ നമ്മുടെ സംസ്കാരത്തിന്റെ അടിത്തറയാണ് അഴകൊഴയായിപ്പോയത്. ഇതാണ് സത്യം. ഉടുതുണിയില്ലാ സത്യം. ഈ സത്യത്തെ ഭംഗിയായി പൊതിഞ്ഞു വെക്കുകയും പകരം യുദ്ധ കാലാടിസ്ഥാനത്തിൽ പാഠ്യപദ്ധതി പരിഷ്കരിച്ചുകൊണ്ടേയിരിക്കു കയും ചെയ്യുന്ന ഒരു രീതിയാണ് കഴിഞ്ഞ കുറേ വർഷങ്ങളായിട്ട് നാം നടത്തിക്കൊണ്ടിരിക്കുന്നത്. അകം ദ്രവിച്ച തൂണിന് തരാതരം പെയ്ന്റടിച്ച് തിളക്കം കൂട്ടിയിട്ടെന്ത് പ്രയോജനം?

എന്നിലെ കോൺഗ്രസ്സുമാഷിനെ കമ്മ്യൂണിസ്റ്റുമാഷിനെ ബി.ജെ. പി മാഷിനെ ലീഗ് മാഷിനെ തച്ചുകൊല്ലാനുള്ള കരുത്ത് എനിക്കു ണ്ടാകണം. എന്നിട്ട് തൽസ്ഥാനത്ത് ഒരു മനുഷ്യമാഷിനെ കുടിയി രുത്തണം. ഉണ്ടാകുമോ അങ്ങനെയൊരു കാലം?

അത്തരമൊരു സ്റ്റാഫ്റൂം?

●

നൽവഴി

പത്തിരുപതു വർഷത്തെ വണ്ടിത്താവളജീവിതത്തിൽ നിന്നും ഇഷ്ടവും അതിലേറെ ഇഷ്ടപ്പെട്ടതുമായ സംഗതികളുണ്ടായിട്ടുണ്ട്. അതിൽത്തന്നെ ഒരുപാടിഷ്ടം തോന്നിയ ഒരു സംഗതിയാണ് SKMS. ഇതിന്റെ ഫുൾഫോം എനിക്കറിയില്ല. അറിയാനുള്ള അന്വേഷണം നടത്തിയിട്ടില്ല. അതിന്റെ ആവശ്യവുമില്ല. കുഴിയല്ലല്ലോ, എനിക്കു തിന്നേണ്ടത് അപ്പം.

'അദാ... എസ് കെ എം എസ് വരുന്നു...

S K M S വരട്ടെ...

S K M S ഉണ്ടല്ലോ, പിന്നെന്താ...'

ഇങ്ങനെ ആളുകൾ ഉത്സാഹത്തോടെ (പോകുന്നത് ആശുപത്രിക്കാണെങ്കിൽപോലും) പറയുന്നതു കേൾക്കുമ്പോൾ എന്തോ ഒരു സുഖം ഞാനനുഭവിച്ചു. ഈ അനുഭവം എങ്ങനെ എന്നിലെത്തി എന്നറിയില്ല. എത്രമക്കളുണ്ടെങ്കിലും അതിൽ ഒന്നിനോട് ഒരു പ്രത്യേക മമത കാണിക്കും ഏതൊരമ്മയും. അതുപക്ഷേ പുറത്തു കാണിക്കില്ല. എന്നാലോ മറ്റുമക്കളെല്ലാം അതറിയുന്നുമുണ്ട്. അത്തരം ആന്തരിക അടുപ്പമാണ് S K M S എനിക്കും തന്നത്.

കണ്ണൂരിൽ നിന്നും പാലക്കാട്ടേക്ക് പറിച്ചുനട്ട എനിക്ക് ഇത്രയ്ക്ക് തോന്നുന്നുണ്ടെങ്കിൽ ഇവിടുത്തുകാരുടെ അടുപ്പം എത്രയായിരിക്കും?

S K M S വഴിയാണ് ഞാൻ ആദ്യമായി വണ്ടിത്താവളം കണ്ടത്. ബസ്സിറങ്ങി നടക്കുമ്പോൾ, തലപുറത്തേക്കിട്ട് കണ്ടക്ടർ എനിക്കെത്തേണ്ടസ്ഥലം കൈചൂണ്ടിക്കാണിച്ചുതന്നത് ഇന്നും ഞാൻ കാണുന്നു. അതിനു നന്ദിയെന്നപോലെ ഞാനെന്റെ വലം കൈപ്പത്തികൊണ്ട് ചെറു റ്റാറ്റ കൊടുത്തിരുന്നു. ഒരുപക്ഷേ ഇപ്പറഞ്ഞ അടുപ്പം ആ ഒരു പ്രത്യേക നിമിഷത്തിലായിരിക്കണം ഞെട്ടി വിടർന്നത്.

മനുഷ്യനും മനുഷ്യനും മനസ്സിലൂടെ കടന്നുപോകുന്ന ഇത്തരം നിമിത്തങ്ങളാണ് ഇന്ന് നമുക്ക് നഷ്ടപ്പെട്ടുകൊണ്ടിരിക്കുന്നതും.

നിത്യജീവിതത്തിലെ 'പച്ച' മായുമ്പോൾ നിത്യദുരിതപായലുകൾ പടർന്നു കയറും.

പൊതുമനസ്സിന്റെ വിശ്വാസം എങ്ങനെയാണ് ആവാഹിച്ചെടുക്കേണ്ടത് എന്നതിനു ലളിതമായ ഉദാഹരണമാണ് S K M S. ഇത് എന്റെ ചെറുജീവിതത്തിലെ നിത്യാനുഭവത്തിൽ നിന്നും ലഭിച്ച ലളിതപാഠം കൂടിയാണ്. അതുകൊണ്ടുതന്നെ S K M S ഇന്നെനിക്ക് പാലക്കാട്-വണ്ടിത്താവളം റൂട്ടിൽ ഓടുന്ന വെറുമൊരു ബസ്സല്ല. ഇത്തരം 'യെസ്സേക്കയെമ്മെസ്സുകൾ' നാട്ടിലുടനീളം നമ്മുടെ ഊടുവഴികളിലൂടെ മുടങ്ങാതെ അമിതമല്ലാത്ത വേഗത്തിൽ ഓടിക്കൊണ്ടിരിക്കുന്നുണ്ട്. അതെ, അതുകൊണ്ടാണ് ജീവിതം ഇത്രയെങ്കിലും സ്വൈരമായി മുന്നോട്ടു പോകുന്നത്.

നന്മയുടെ വഴികളും

നന്മയ്ക്കായുള്ള കാത്തിരിപ്പും

നന്മകാണുമ്പോൾ കൈനീട്ടി നിർത്താനും

നന്മയിൽ കയറിപ്പറ്റാനും

ഇത്തിരനേരം അതിനകത്ത് തങ്ങിനിൽക്കാനും

ഒതുങ്ങിനിൽക്കാനും സാധിക്കുമെങ്കിൽ

പുണ്യം ഇതിൽപ്പരം മറ്റെന്ത്?

കീറാമുട്ടികൾ

അണ്ണാച്ചിയുടെ വരവോടെ നമ്മുടെ അടുക്കളമുറ്റത്തെ കീറാമുട്ടികളെല്ലാം ചിന്നിച്ചിതറിപ്പോയി. നാട്ടിലെ മൗപ്പണിക്കാരൻ (വിറകുവെട്ടുന്നവൻ) ആയുധം വെച്ച് അടിയറവ് പറഞ്ഞിടത്ത്- റെയിൽപ്പാളത്തുണ്ടിൽ തീർത്ത ഭാരമേറിയ കോടാലികൊണ്ട് വിറകിന്റെ വ്യാകരണമൊന്നും നോക്കാതെ തലങ്ങും വിലങ്ങും ആഞ്ഞുവെട്ടി, വെട്ടിവിയർത്ത്... വിയർത്തുകുളിച്ച് അണ്ണാച്ചി നമ്മുടെ വാപൊളിപ്പിച്ചു. വീട്ടമ്മമാർ താടിക്ക് കൈയും കൊടുത്ത് ഇരുന്നുപോയി. അടുപ്പിൽ വെക്കാൻ പാകത്തിലുള്ള വിറക് ഏതൊരമ്മയുടെയും സ്വപ്നമല്ലേ? അതാണിവിടെ സാധിച്ചിരിക്കുന്നത്. കൂലിയുടെ കാര്യത്തിൽ കടുംപിടുത്തമില്ലാത്തതുകൊണ്ട് അച്ഛന്മാർക്കും അവനെ ഇഷ്ടമായി. ഏതു ജോലിയും ധൈര്യത്തോടെ ഏൽപ്പിക്കാമെന്നായി. ഒരു വേള, വീടുതന്നെ ഏൽപ്പിച്ചുപോകാൻ നമുക്ക് സാധിച്ചു.

വിറകുപുരയിലും പറമ്പിന്റെ ആളുപോകാത്ത മൂലയിലും കൂട്ടിയിട്ടിട്ടുണ്ട് ഒരുപാട് പാഴ് വസ്തുക്കൾ. അടിപോയ ഇരുമ്പുതൊട്ടി. അടിയരിച്ചുപോയ മണ്ണെണ്ണടിൻ, പൊട്ടിയ പ്ലാസ്റ്റിക്ക് ബക്കറ്റ്, കാലിക്കുപ്പികൾ, പൗഡർടിൻ... എന്തിന് വിക്സിന്റെ അളുക്ക് വരെ!

എല്ലാം പെറുക്കി ചാക്കിലാക്കികൊണ്ടുപോയി അവന്റെ പെമ്പ്രന്നോത്തി. പഴയ സാരിയും കുഞ്ഞുടുപ്പുകളും അമ്മ അവർക്ക് നൽകി. നിധികിട്ടിയ സന്തോഷത്തോടെ അവർ മലയാളിമക്കളെ ആണ്ടവന്റെ പേരു പറഞ്ഞ് പാറാട്ടി. കനിവ് കിനിഞ്ഞ അവന്റെ തായ്

മൊഴിയിൽ മലയാളി വീണുപോയി. അപ്പോഴാണ് കേട്ടത്: മുറ്റത്ത് കളിച്ചുകൊണ്ടിരുന്ന ഉണ്ണിയുടെ കഴുത്തിൽ കിടന്ന മാല കാണാനില്ലെന്ന്!

അണ്ണാച്ചി കള്ളനാവുകയായിരുന്നു. അന്നുതൊട്ട് അണ്ണാച്ചിയെ അത്രയ്ക്കങ്ങട് ചേർത്തു പിടിക്കാനായില്ല. അവനില്ലാതെ ഒരു സംഗതിയും നടക്കുകയുമില്ല. അപ്പോൾ അണ്ണാച്ചിയാണോ നമ്മുടെ മുന്നിലെ പുതിയ കീറാമുട്ടി? ഏയ്. അതൊരിക്കലുമല്ല. അവനേക്കാൾ വലിയ-ഭീകര കീറാമുട്ടികൾ നമുക്കു ചുറ്റും കുന്നുകൂടിക്കഴിഞ്ഞിരിക്കുന്നു.

ആരെയും കുറ്റപ്പെടുത്തിയിട്ട് കാര്യമില്ല. കാരണം നമ്മുടെ ശത്രു നാം തന്നെയാണ്. ശരീരം കേവലം അലങ്കാര വസ്തുവാക്കി മാറ്റുകയാണല്ലോ. അദ്ധ്വാനിക്കുന്നവനെ കാണുമ്പോൾ പരമപുച്ഛമാണല്ലോ. വിയർക്കാനേ വയ്യ. അത്ര നിർബന്ധമാണെങ്കിൽ ഡോക്ടർ പറഞ്ഞ നിശ്ചിത ദൂരം മാത്രം നടക്കാം. അത്തരത്തിലല്ലേ ഇന്നത്തെ വേഷവിധാനവും. പോസ്റ്റമോർട്ടം കഴിഞ്ഞ് കുത്തിക്കെട്ടിയ മട്ടിൽ! അവനവനിരിക്കേണ്ടിടത്ത് അവനവൻ ഇരുന്നില്ലെങ്കിൽ അവിടെ നായ കേറിയിരിക്കും എന്നത് എത്രശരി.

നമ്മുടെ ടൗൺ ബസ്സുകളിലെല്ലാം ഉത്തരേന്ത്യക്കാർ സീറ്റുപിടിച്ചു കഴിഞ്ഞിരിക്കുന്നു. അവരിലെ വികലാംഗർ. അവരിലെ മുതിർന്ന പൗരന്മാർ... സ്ത്രീകൾ... കുട്ടികൾ... പഞ്ചാബ്- സിന്ധ്-ഗുജറാത്ത്-മറാഠികൾക്കും-ഉത്ക്കലബംഗാളികൾക്കും ഇന്ന് നമ്മുടെ സംസ്ഥാനം ഗൾഫ് തുല്യം. നമ്മുടെ നാട്ടിൽ പുറങ്ങളിൽപ്പോലും ഇവർ സ്ഥിരവാസം ഉറപ്പിച്ചുകഴിഞ്ഞു. നമ്മുടെ ഇടവഴികളിലെല്ലാം അന്യദേശക്കാരന്റെ ബഹളം നിറഞ്ഞ സംസാരം കേൾക്കുന്നില്ലേ?

ആർക്കറിയാം തൊഴിലാളിയുടെ വേഷം കെട്ടിവന്നിരിക്കുന്നത് ഏത് വേഷം പൂർത്തിയാക്കാനാണെന്ന്?

സ്വന്തം മണ്ണിലെ പ്രവാസികളാണ് ചങ്ങാതീ ഇപ്പോൾ ഞാനും നീയും. ഉറപ്പ്, ചവിട്ടുപടിയിൽപ്പോലും നിൽക്കാനാകില്ല, ചിലപ്പോൾ നാളെ നമുക്ക്!

●

കേരളപാഠാവലി

എന്റെ പേര് സത്യൻ. സത്യൻമാഷ് എന്ന് വിളിപ്പേര്. വയസ്സ് 44. മുപ്പതാണെന്നേ തോന്നൂ. അതിന്റെ ഫുൾക്രെഡിറ്റ് സുലോചനട്ടീച്ചർക്കാണ്. അത്ര വിദഗ്ധമായിട്ടാണ് അവളെന്നെ ഡൈ ചെയ്തു കൊണ്ടിരിക്കുന്നത്. നരയുടെ തരിപോലുമില്ല കണ്ടുപിടിക്കാൻ. സുലോചനടീച്ചർ എന്റെ ഭാര്യയാണ്. ഞങ്ങൾ അടുത്തുള്ള യു.പി. സ്കൂളിൽ വർക്ക് ചെയ്യുന്നു. 'എന്താണ് വർക്ക്'' എന്ന് ചോദിക്കരുത്. ഒരേ സ്കൂൾ, ഒരേ സ്റ്റാഫ്റൂം, പോക്കുവരവും ഒരുമിച്ച്. മുമ്പ് ബൈക്കിലായിരുന്നു. അത് മാറ്റി ഇപ്പം കാറാക്കി. ഞങ്ങളീ മാഷും ടീച്ചറും കളി തുടങ്ങിയിട്ട് കൊല്ലം പന്ത്രണ്ടങ്ങ് കഴിഞ്ഞു. വ്യാഴവട്ടം! അതിനിടയ്ക്ക് എന്തെല്ലാം കണ്ടു കേട്ടു അനുഭവിച്ചു...

പഴയ പാഠങ്ങളെല്ലാം പാടേ മാറി. തറയിലും പറയിലും തുടങ്ങിയ കേരളപാഠാവലി ചത്തുമണ്ണടിഞ്ഞു. കൂ..കൂ... കൂ...കൂ... തീവണ്ടി പാളംതെറ്റി. കാട്ടുമരത്തിൽ കൊമ്പുകളെവിടെ? ബാക്കിയായത് കൊറേ കുരങ്ങന്മാരാണ്. വാലില്ലാത്തവർ. അവരതാ വട്ടംകൂടി തലപുകഞ്ഞാലോചിക്കുന്നു.

...ആദ്യേ പൂദ്യേ തുടങ്ങാം?

...അല്ലെങ്കിൽ ഡീപ്പീയീപ്പീ ആയാലോ?

...ഏയ്, അതുവേണ്ട, സർവ്വ ശിക്ഷാഅഭിയാനിൽ പിടിച്ച് ഒരു കളികളിച്ചുനോക്കാം...?

ഇങ്ങനെ ഉയരം നോക്കി കയറുന്തോറും ഗ്ദംകുത്തി വീഴുകയായിരുന്നു. വഴുക്കുമരത്തിൽ കയറുന്നവന്റെ വെപ്രാളം. കൈയടി... ക്ലൂക്കിവിളി എല്ലാം കണ്ട് എനിക്ക് സങ്കടം വന്നു. ഞാൻ ദയനീയമായി സുലോചനയെ നോക്കി. അവൾക്ക് ഒരു കൂസലുമില്ല. 'നിങ്ങളെന്തിന് മനുഷ്യാ- ബേജാറാവ്ന്നത്? ആർക്കുമില്ലാത്ത വേദന നിങ്ങൾക്കെന്തിന്? ഉള്ള സമയം കെടന്നുറങ്ങാൻ നോക്ക്.'

സുലോചന പറഞ്ഞതിലുമില്ലേ കാര്യം? ഞാനും അവൾക്കൊപ്പം പറ്റിച്ചേർന്നു. സുഖനിദ്ര. ഇടയ്ക്കെപ്പോഴോ ഒന്നുണർന്നു. അപ്പോഴേക്കും കാലം ഒരുപാട് കൊഴിഞ്ഞുപോയിരുന്നു. വിദ്യാലയത്തിൽനിന്നും വിദ്യ പുറത്തായിക്കഴിഞ്ഞിരുന്നു. ഗെറ്റൗട്ട്!

വിളമ്പിക്കൊടുക്കാനിനി ഉച്ചക്കഞ്ഞിമാത്രം. വൃത്തിയും വെടിപ്പുമുള്ള കുട്ടികളെല്ലാം എന്നേ സ്ഥലം കാലിയാക്കി. ചില ജീവികൾക്ക് അങ്ങനെയൊരു കഴിവുണ്ട്. ഏത് സുനാമിയും മണത്തറിയും. ചാത്തന്റെയും കോരന്റെയും മക്കൾ എക്കാലത്തെയും നോക്കുകുത്തികളായി!

അഖിലാണ്ഡമണ്ഡലവും [illegible] ഒരു രക്ഷാകവചമായത് ഭാഗ്യം; മിന്നൽ രക്ഷാചാലകം പോലെ. അതുകൂടിയില്ലായിരുന്നെങ്കിൽ ഞാനും സുലോചനയും കത്തിച്ചാമ്പലായേനെ. എങ്കിലും ഞങ്ങൾക്ക് ഉറപ്പുണ്ടായിരുന്നു. പാലം കുലുങ്ങിയാലും കുലുങ്ങാത്ത കേളന്റെ ജനുസ്സിൽ പെട്ടവരാണല്ലോ. ആര് ചത്താലും പെറ്റാലും ഞങ്ങളെ ബാധിക്കില്ല. 'വരൂ... സുലോചനേ... നമുക്ക് കണ്ണടച്ച് ഇരുട്ടാക്കാം..'

അങ്ങനെ ഞങ്ങൾ വീണ്ടുമുറങ്ങി. പെട്ടെന്നായിരുന്നു ഒരലർച്ച ഞെട്ടിപ്പോയി, കണ്ണുതുറന്നുനോക്കിയപ്പോൾ മുന്നിലതാ സടകുടഞ്ഞ് നിൽക്കുന്നു, 'കാര്യക്ഷമത!' പേടിച്ചു വിറച്ച് തൊഴുകൈയോടെ അങ്ങോട്ടുചെന്നു. സൂക്ഷിച്ചുനോക്കിയപ്പോഴല്ലേ സംഗതി പിടികിട്ടിയത്. അത് വെറുമൊരു ഫാൻസിഡ്രസ്സായിരുന്നു. പിന്നെ മറ്റൊന്നും ചിന്തിച്ചില്ല. ഞാനും സുലോചനയും വിധികർത്താക്കളുടെ വേഷമണിഞ്ഞ്, 'കാര്യക്ഷമത'യ്ക്ക് ഫസ്റ്റ് എ ഗ്രേഡ് പ്രഖ്യാപിച്ചു. അതോടെ ഞങ്ങൾ സൂപ്പർസ്റ്റാറുകളായി. സ്കൂൾ ഒരു വിദൂര സ്വപ്നവും!

'...സുല്യ... ഫോണെടുക്കു... ആരാണെന്നു നോക്കു...'

സുലോചന ഫോണെടുത്തു. ആരാണെന്നു നോക്കി. മുഖം വിടർന്നു. പച്ചയിൽ മൃദുവായൊന്നു ഞെക്കി. ചെവിയോടു ചേർത്തു.

'...മമ്മീ... അതെ, ഞാൻ ഡോക്ടറായി. ശരിക്കും ഡോക്ടർ.'

'അതെ മമ്മീ... ഞാൻ എഞ്ചിനീയറുമായി

സ്റ്റേറ്റ്സിൽ നിന്നും മക്കളുടെ നിർത്താത്ത ചിരി!

●

എന്റമ്മമ്മ

ആ പരിശുദ്ധി-എല്ലാ അർത്ഥത്തിലും എന്റമ്മമ്മയ്ക്കോ എനിക്കോ കിട്ടിയിട്ടില്ല. അത്രയ്ക്ക് വെളുപ്പാണ് അമ്മമ്മയ്ക്ക്. രൂപത്തിലും ഭാവത്തിലും. മുഷിഞ്ഞ അമ്മമ്മ എന്റെ ഓർമ്മയിലില്ല. വേഷത്തിൽ മാത്രമല്ല വാക്കിലുമുണ്ടായിരുന്നില്ല ഒട്ടും മുഷിച്ചിൽ. ഒരാൾക്ക് ഇത്ര യധികം വെളുത്തു നിൽക്കാനാകുമോ? അതും ഉടനീളം?

അമ്മമ്മ ഒന്നും വൃത്തിയാക്കുകയല്ല മറിച്ച് വൃത്തി അമ്മമ്മയുടെ അരികിലേക്ക് കടന്നുവരികയാണെന്ന തോന്നിപ്പോകും. കാലത്തു തുടങ്ങിയപണി രാത്രി വൈകുവോളം തുടരുന്ന അമ്മമ്മയുടെ തൂവെള്ള വേഷത്തിൽ കരിയില്ല പുകയില്ല. അതേ സമയം അമ്മയെ നോക്കൂ. കരിയില കണക്കെ. അമ്മമ്മയിൽ നിന്നാണ് ഞാൻ അടുക്കും ചിട്ടയും പഠിച്ചുതുടങ്ങിയത്. വൃത്തിയും വെടിപ്പും മനസ്സിലാക്കിയത്. എന്തു ചെയ്യുമ്പോഴും ചെയ്യുന്നതിൽ തികഞ്ഞ ശ്രദ്ധ, ശാന്തമായി ചേർന്നു നിൽക്കാൻ. ഒരു താളം ലയനം... അപ്പോഴാണ് പ്രവൃത്തിയിലെ വൃത്തിതെളിയുക. അതിന്റെ തിളക്കമെല്ലേ വെടിപ്പ്? അതല്ലേ അമ്മമ്മയുടെ ഈ വെളുപ്പ്?

ചെയ്യുന്നത് എന്തുമാകട്ടെ, അത്രമതി. ബാക്കിനാളെയാകാം... ഇത്തരം അലസചിന്ത അമ്മമ്മയിലില്ല. സാരമെന്നും നിസ്സാരമെന്നും വേർതിരിവുമില്ല. വലിച്ചെറിയലോ ചുരുട്ടിയിടലോ ഇല്ല. എല്ലാറ്റിലും ഒരു നേരെവാ, നേരെ പോക്ക്. ഇങ്ങനെ നിത്യജീവിത നിമിഷങ്ങളെയാണ് അവർ നിരന്തരം ശുദ്ധീകരിച്ചുകൊണ്ടിരുന്നത്.

അമ്മമ്മയുടെ കട്ടിലിന്റെ തൊട്ടുതാഴെയാണ് എന്റെ കിടപ്പ്. ഒരിക്കലും തുറക്കാത്ത കതക് ചൂടികൊണ്ട് വരിഞ്ഞുകെട്ടിയ ഒറ്റ ജനലുള്ള ചെറിയ മുറി. പകലിലും ഇരുട്ടാണ്. കട്ടിലിനടിയിലാണെങ്കിലോ ഇരുട്ടിന്റെ ദീർഘചതുരക്കട്ട തള്ളിക്കയറ്റിവെച്ചതുപോലെ! അങ്ങോട്ടുനോക്കാൻ പേടിയാ. എത്ര നോക്കണ്ടാന്ന് വിചാരിച്ച് കിടന്നാലും അറിയാതെ നോക്കിപ്പോകും. അപ്പോഴൊക്കെ അഞ്ചാംതരം സാമൂഹ്യപാഠത്തിലെ ഒരു പാഠം ഓർമ്മവരും. 'ആഫ്രിക്ക-അഥവാ- ഇരുണ്ട വൻകര!'

'ഇരുണ്ട വൻകര'യെ പേടിച്ച് തിരിഞ്ഞുകിടക്കും. കുമ്മായത്തേപ്പ് അടർന്ന് കുണ്ടും കുഴിയുമായ ചുമരും നോക്കി കിടക്കും. ആ കിടപ്പിലാണ് എന്റെ മനോരാജ്യം വിടരുക. കുറേ നേരം അങ്ങനെ നോക്കുമ്പോൾ ചുമരിലെ ചിത്രങ്ങൾ പതിയെ പതിയെ തെളിയും. അതിൽത്തന്നെ ചില സ്ഥിരം ചിത്രങ്ങളുണ്ടെനിക്ക്. പല്ലില്ലാത്തൊരു അപ്പൂപ്പന്റെ ചിരിക്കുന്ന മുഖം എന്റെ ഇഷ്ടചിത്രമായിരുന്നു. അതിൽ തൊട്ടുതലോടുമായിരുന്നു. അങ്ങനെ തലോടിത്തലോടി ഞാനങ്ങ് മയങ്ങിപ്പോകും... പിന്നെ നൂറായിരം സ്വപ്നങ്ങൾ... മാലപോലെ... അന്നേരത്താണ് മൂട്ടപ്പടകളുടെ വരവ്. കടികിട്ടിയ ഭാഗം ചൊറിഞ്ഞും കൊണ്ടെഴുന്നേറ്റ്, മൂട്ടവിളക്ക് കത്തിച്ച് തിരച്ചിലായി. പരക്കം പായുന്നവയെ അപ്പപ്പോൾ തന്നെ വിരലറ്റം കൊണ്ട് ഉരച്ചുകൊല്ലും. പിന്നെ ചുമരിലെ കുഴികളിൽ പതുങ്ങി നിൽക്കുന്നവയെ ഈൎക്കിലുകൊണ്ട് കുത്തിയെടുത്ത് വിളക്കിൻ നാളത്തിൽ നീട്ടി ദഹിപ്പിക്കും. വീർത്ത ദേഹം പൊട്ടിത്തെറിക്കുന്ന കാഴ്ച എന്നിലെ യമകിങ്കരനെ ആവേശഭരിതനാക്കും. എന്നാലും എത്രയെത്ര മൂട്ടകളെ-ചുട്ടുചാമ്പലാക്കിയാലും പിന്നേം കാണാം... ദശോപലക്ഷക്കണക്കിന് കുഞ്ഞുകുട്ടിപരാധീനങ്ങളുമായി ചാവേർപ്പടപോലെ! ഇനി രക്ഷയില്ല. വിളക്കിന്റെ തിരിഒന്നുകൂടി നീട്ടി പന്തം പോലെയാക്കി ചുമരിലെ ഓരോ മൂട്ടസങ്കേതത്തിനും നേർക്ക് ചെരിച്ചുപിടിച്ച് കൂട്ടദഹനം നടത്തും. അങ്ങിങ്ങായ് കരിനാളം കൂടിയായപ്പോൾ എന്റെ രാത്രിച്ചുമരിന് ഇപ്പോൾ അഗാധമായൊരു ഭംഗി കൈവന്നിരിക്കുന്നു. തികച്ചും ഐതിഹാസികഭംഗി! പക്ഷേ ഇവിടെയിപ്പോ അതല്ലപ്രശ്നം. താഴെ കിടക്കുന്ന എന്റെ അവസ്ഥ ഇങ്ങനെയൊക്കെയാണെങ്കിലും ഇക്കണ്ട മൂട്ടകളിൽ ഒന്നിനു പോലും അമ്മമ്മയുടെ കട്ടിലിലേക്ക് ഒന്നെത്തിനോക്കാനുള്ള ചങ്കൂറ്റമുണ്ടായില്ലല്ലോ. അതിശയം തന്നെ; അത്യാശ്ചര്യം! അവരതാ

ചെറുപുഞ്ചിരിയോടെ സുഖമായുറങ്ങുന്നു. അതാണമ്മമ്മ. ആർക്കും ശല്യമില്ലാത്തവരെ ആർക്കും ശല്യപ്പെടുത്താനും തോന്നില്ല.

എന്നും കാലത്ത് എഴുന്നേറ്റയുടൻ സ്വന്തം മൂത്രം കൊണ്ട് കണ്ണുരണ്ടും കഴുകുന്ന ശീലമുണ്ടായിരുന്നു. അപാര കാഴ്ചയായിരുന്നു അമ്മമ്മയ്ക്ക്. അവസാനകാലം വരെ (94-ാം വയസ്സ്) കണ്ണിന് കണ്ണട വേണ്ടിവന്നില്ല. എത്ര ചെറിയ അക്ഷരവും സുഖസുന്ദരമായി വായിച്ചു. അമ്മമ്മയുടെ വായന കേട്ടാൽ ആരും ഇരുന്നുപോകും. അതെ, വായനയുടെ സംഗീതമറിഞ്ഞതും അമ്മമ്മയിൽ നിന്നുതന്നെ. ഇങ്ങനെ പാഠങ്ങളെത്രയത്രെ! പഠിപ്പിക്കാതെ പഠിപ്പിക്കുന്നവരാണ ല്ലോ യഥാർത്ഥ ഗുരുക്കന്മാർ!

ഓർത്തുപോവുകയാണ്, ഇത്രയും പരിശുദ്ധയായപരിപക്വയായ എന്റമ്മമ്മയുടെ അമ്മമ്മ എത്രമാത്രം മണ്ണറിഞ്ഞ് ജീവിച്ചവരായിരി ക്കും!

പഴയ കഥകളിൽ മനുഷ്യനും മറ്റു ജീവികളും തമ്മിൽ സംസാരി ച്ചിരുന്നത് പഴങ്കഥയാണെന്നു വിശ്വസിക്കാൻ ഞാനില്ല. നാമിന്ന് പ്രൗഢമെന്നും ശ്രേഷ്ഠമെന്നും പറഞ്ഞ് ഞെളിയുന്ന ഒരു ഭാഷയുണ്ടല്ലോ. അതിനുംമുമ്പ് ഒരു ഏകഭാഷയിൽത്തന്നെയാണ് എല്ലാവരും ഇവിടെ കഴിഞ്ഞുകൂടിയത്. സംശയമേ വേണ്ട, ഈച്ചയും പൂച്ചയും കഞ്ഞിവെ ച്ചുകളിച്ചിട്ടുണ്ടാകും. ഒട്ടും സംശയിക്കേണ്ടതില്ല. വയറുവേദന വന്ന പൂച്ച നിലത്ത് കിടന്നുരുളുന്നതും പച്ചപ്പുല്ല് തിന്നുന്നതും കണ്ടിട്ടുതന്നെ യാണ് വൈദ്യർക്ക് വെളിപാടുണ്ടായത്; വൈദ്യര് വൈദ്യരായതും.

●

എന്റെ വായന

രാമായണം, മഹാഭാരതം, ഭാഗവതം, നാരായണീയം... എല്ലാം വീട്ടിലെ പൂജാമുറിയിൽ ഭദ്രം. മഹാനവമി വരുമ്പോൾ പൊടിതട്ടും. ഒന്നു തിരിച്ചും മറിച്ചും നോക്കും. വാലൻമൂട്ട (സിൽവർ ഫിഷ്) പരക്കം പായുന്നുണ്ടാവും. കഴിഞ്ഞ കൊല്ലത്തെ ചന്ദനം തട്ടിക്കളഞ്ഞ്, പുതിയ കുറിയിട്ടുകൊടുക്കും. അത്രതന്നെ! വലിയ പുസ്തകങ്ങൾ കാണുമ്പോൾ മടുപ്പാണ്. എത്രമെനക്കെട്ടാലും ഇതിന്റെയൊന്നും പേജുകൾ തീർന്നുകിട്ടില്ല.

കുഞ്ഞുനാളിൽ അച്ഛനും അമ്മയും അമ്മൂമ്മയും കഥ തന്നിട്ടുണ്ട്. അതിലൊന്നുപോലും മറന്നിട്ടില്ല. പക്ഷേ, സ്കൂളിൽ ചെന്നപ്പോൾ ഓർമ്മയിൽ നിൽക്കുന്ന ഒരു കഥപോലും കിട്ടിയില്ല. എന്റെ ശ്രദ്ധക്കുറവായിരിക്കാം. ഹൈസ്കൂളിലെത്തിയപ്പോഴാണ് അമ്പിളി അമ്മാവൻ എന്നൊരു പുസ്തകം കണ്ടത്. വായന ഒരു സുഖമുള്ള ഏർപ്പാടാണെന്ന് അങ്ങനെ ഞാനറിഞ്ഞു. പിന്നെ ബാലരമ അമർചിത്രകഥ വന്നു. പക്ഷേ, അമ്പിളി അമ്മാവനോളം വന്നില്ല. ചിത്രങ്ങൾക്ക് ജീവൻ കുറവായിരുന്നു. എന്നാലും വായിച്ചു. അവിടെയും എനിക്ക് ക്ഷമയില്ലായിരുന്നു. വായിച്ചതൊന്നും ഓർമ്മയിൽ തങ്ങിയില്ല.

കോളേജിലെത്തിയ പ്രായത്തിലാണ് വെട്ടം മാണിയുടെ പുരാണിക് എൻസൈക്ലോപീഡിയ കണ്ടത്. ശബ്ദതാരാവലിക്ക് ശേഷം കണ്ട മറ്റൊരു തടിയൻ പുസ്തകം! അടുക്കാൻ ആദ്യം മടിച്ചു.

ഒന്നു രണ്ടു കഥകൾ വായിച്ചുനോക്കി. എന്റെ ക്ഷമ അവിടെയും നിന്നില്ല. പിന്നെകേട്ടു, അതേ പുസ്തകത്തിന്റെ ചെറിയ സാധാനം 'ലഘുപുരാണ നിഘണ്ടു' എന്ന പേരിൽ ഉണ്ടെന്ന്. അതിന്റെ പിറകെ ചെന്നു. തരക്കേടില്ല. വണ്ണം കുറഞ്ഞതുകൊണ്ട് മടിയിൽവെച്ച് വായിക്കാനുള്ള സൗകര്യമുണ്ട്. സുഖവും.

സത്യത്തിൽ വെട്ടം മാണിയാണ് പുരാണത്തെക്കുറിച്ച് നല്ലൊരു ഐഡിയ തന്നത്.

നാട്ടിലേക്കുള്ള തീവണ്ടി യാത്രയിൽ, ഒരു ചുമട് പുസ്തകവുമായി കച്ചവടക്കാരൻ കമ്പാർട്ട്മെന്റിൽ വരും. H&C കഥകൾ ഏതെടുത്താലും 10 രൂപ.

ഇങ്ങനെ പുരാണം പല പ്രകാരത്തിലും പഠിച്ചുകൊണ്ടിരിക്കുകയാണ് ഞാൻ. തുടക്കത്തിൽ പറഞ്ഞ പൂജാമുറിപുസ്തകങ്ങളുടെ ഗഡുക്കളാണ് ഇതൊക്കെ എന്നറിയാം. എന്തായാലും വായിക്കാതെ ഇനി രക്ഷയില്ല. പഴയപോലെ വി.ഗൈഡും ലേബർഇന്ത്യയും കക്ഷത്തുവെച്ച് ക്ലാസിലേക്ക് ചെന്നാൽ കുട്ടികൾ അടിച്ചോടിക്കും.

ചിലപ്പോൾ അടിച്ചുകൊന്നെന്നും വരും.

പിന്നെ മറ്റൊന്ന്-

കമ്പ്യൂട്ടറല്ല അതിന്റെ അപ്പുറത്തെ യന്ത്രം മുന്നിൽ വെച്ചുകൊടുത്താലും കുട്ടികൾക്ക് കഥ കേൾക്കാൻ തന്നെയാണിഷ്ടം;

എക്കാലത്തും.

●

കൊട് കൈ

കുഞ്ഞിക്കണ്ണൻമാഷ് റിട്ടേറായപ്പോ ഫർണിച്ചർ കടയോ ഫാൻസി സ്റ്റോറോ ബുക്ക്സ്റ്റാളോ ഹാർഡ് വേർഷോപ്പോ ഒന്നുമല്ല, ചായ പ്പീട്യേന്റെ മേലെയുള്ള മുറി വാടകയ്ക്കെടുത്ത് തോറ്റകുട്ടികൾക്ക് ട്യൂഷൻ തുടങ്ങി. കൂട്ടിന് ശങ്കരൻമാഷേം കുഞ്ഞിരാമൻ മാഷേം കിട്ടിയപ്പം കുട്ടികളുടെ എണ്ണവും കൂടി. അപ്പോഴാണ് മാഷിന്റെ ബ്രണ്ണൻകോളേജിൽ എമ്മേക്ക് പഠിക്കുന്ന മൂത്തമോൻ കേറിവന്നത്. 'അച്ഛാ... നമുക്ക് ബി.എ മലയാളം ക്ലാസ് തുടങ്ങാം. അരക്കൈ ഞാനും നോക്കാം.

കൊള്ളാല്ലോ ഐഡിയാ... കുഞ്ഞിക്കണ്ണൻമാഷ് പിറ്റേന്ന് തന്നെ പുതിയൊരു ബോഡെഴുതി തൂക്കി. പത്തഞ്ഞൂറ് നോട്ടീസും അച്ചടിച്ച് പത്രക്കാരനെ ഏല്പിച്ചു.

തട്ടിമുട്ടി പ്രീഡിഗ്രി കടന്ന്, ഒരു കോളേജിലും സീറ്റ് കിട്ടാതെ നട്ടം തിരിഞ്ഞ് നിൽക്കുമ്പോഴാണ് മട്ടന്നൂരിൽ പാസ് കോളേജിൽ (PAZHASSI ART & Science) 'ബി.എ മലയാളം അഡിമിഷൻ തുടരുന്നു' എന്ന നോട്ടീസ് കണ്ടത്. അന്നുതന്നെ മട്ടന്നൂർക്ക് വിട്ടു. കോണിപ്പടി കേറി ചെന്നപ്പം കുഞ്ഞിക്കണ്ണൻമാഷും കൂടെ ഒരു തനി നാടൻ പെൺകുട്ടിയും മുഖാമുഖം ഇരുന്ന് കളകളാ ചിരിക്കുന്നു. ഞാൻ ചിരിയിലൂടെ വന്ന കാര്യം ബോധിപ്പിച്ചു. പുതിയ എരയെ കിട്ടിയ സംതൃപ്തി കുഞ്ഞിക്കണ്ണൻമാഷിന്റെ കൈക്കോട്ടുപോലുള്ള നിരപ്പല്ലിൽ തെളിഞ്ഞു. 'വാ മോനേ... ഇരിക്ക്'' പെൺകുട്ടി ലേശം

നീങ്ങിത്തന്നിടത്ത് ഞാനിരുന്നു. അഡ്മിഷൻ രജിസ്റ്ററിൽ രണ്ടാമത്തെ പേരും വിലാസവും കൈയൊപ്പും എന്റേതായി. ആദ്യത്തേത് അവളും.

ക്ലാസ് തുടങ്ങി ഞാനും കാഞ്ഞിരാട്ടെ കൗസല്യയും പെരിങ്ങാനം മല ഇറങ്ങിവന്ന മിത്രനും ഉദുവച്ചാലിലെ ശശിയും വിജയനും പിന്നെ പട്ടാന്നൂരിലെ ശ്യാമളയും. ആകെ അഞ്ചുപേർ. അതായിരുന്നു PAS ലെ ബി.എ. ക്ലാസ്. അതായിരുന്നു എന്റെ ഏറ്റവും നല്ല പഠനകാലവും. കുഞ്ഞിക്കണ്ണമാഷിന്റെ കൃഷ്ണഗാഥ, ശങ്കരമാഷിന്റെ ശ്രീകൃഷ്ണവിലാസ കാവ്യം, കുഞ്ഞിരാമൻ മാഷിന്റെ ഉണ്ണുനീലി സന്ദേശം ചൊല്ലൽ കേട്ട് ഞാനതിലലിഞ്ഞ് വീണുപോയി. ഇപ്പോഴും കാണാപ്പാഠമാണ് അതിലെ വരികൾ.

'മൻറിൽ ചെൽവം പെരിയ
തിരുവൈമ്പാടിയിൽക്കൂടിയാടി

കന്റിൽക്കൂടി തെളിവൊടുകളിച്ചീടുമെൻ
തമ്പിരാനെ

കുന്റേക്കൊണ്ടങ്ങടമഴ തടുത്താച്ചിമാർവീടുതോറും

ചെന്റാപ്പാൽ നെയ്പരുകി മരുവും
കണ്ണനെ കൈതൊഴേണ്ടൂ.'

എല്ലാം കഴിഞ്ഞ് ഇറങ്ങിപ്പോകാന്നേരം എമ്മേക്കാരൻ ആകെ വിയർത്തൊലിച്ച് കേറി വന്നു.

ആദ്യമൊക്കെ വെറുതെയൊരു കൂടിയിരുപ്പ്. നാട്ടുവർത്തമാനങ്ങളൊക്കെപ്പറഞ്ഞ്... ചിരിച്ച് അങ്ങനെയങ്ങനെ... പിന്നെപ്പിന്നെയത് വളർന്ന്-ഞങ്ങൾ പോലുമറിയാതെ- ഒരു ക്ലാസിന്റെ രൂപം പൂണ്ടു. ഞങ്ങളേക്കാൾ മൂന്നോ നാലോ അല്ലെങ്കിൽ നാലോ അഞ്ചോ വയസ്സുകൂടുതലുള്ള എമ്മേക്കാരൻ എം.എൻ. വിജയനെക്കുറിച്ചും മറ്റും വാചാലനാകാൻ തുടങ്ങിയതോടെ ക്ലാസ്സിന്റെ മട്ടും ഭാവവും മാറി. ഞങ്ങളുടെ ശ്രദ്ധ പുതിയൊരു വഴിയിലായി. ദിവസങ്ങളോരോന്ന് കഴിയുന്തോറും എമ്മേക്കാരൻ വളർന്ന് വളർന്ന് ഞങ്ങൾക്ക് തണലും തണുപ്പുമായി. കുഞ്ഞിക്കണ്ണമ്മാഷിൽനിന്നും ശങ്കരമ്മാഷിൽ നിന്നും കുഞ്ഞിരാമൻ മാഷിൽ നിന്നും കിട്ടാത്ത വാക്കുകൾ. സംഗതികൾ... ഞങ്ങളെ ഭാഷയുടെ ആഴങ്ങളിലേക്ക് വലിച്ചുകൊണ്ടുപോയി. അതോടെ എമ്മേക്കാരൻ ഞങ്ങൾക്ക് ഏറ്റവും വലിയ മാഷായിമാറി.

നിങ്ങൾക്കുമറിയാം ആ മാഷിനെ- പ്രഭാകരൻ പഴശ്ശിയെ.

പ്രഭാകരൻ സാറിൽ നിന്നും ഞാൻ വലിയ രണ്ട് പാഠങ്ങൾ പഠിച്ചു. ഇങ്ങനെയൊക്കെയാണ് ഒരധ്യാപകൻ ആകേണ്ടത് എന്ന പാഠം. ഇത്രയൊക്കെയേ ആകേണ്ടതുള്ളൂ എന്ന മറ്റൊരു പാഠം. ഒരിക്കൽ 'സാറേ... നമുക്കും ഒരു മാഗസിൽ ഇറക്കിയാലോ?' എന്ന് ചോദിച്ചപ്പോം. 'ഇറക്കിയാലോ എന്നല്ല ഇറക്കണം' എന്ന് പറഞ്ഞു കൊണ്ട് എന്നെയും മിത്രനെയും കൂട്ടി പടിയിറങ്ങി. അന്നുതന്നെ മട്ടന്നൂരിലെ ഒട്ടുമിക്ക കടകളിലും പരസ്യം പിടിക്കാൻ വേണ്ടി കയറിയിറങ്ങിയത് കണ്ണിൽ കാണുകയാണ് ഇപ്പോഴും. എം.എൻ. വിജയന്റെ ശിഷ്യനായ പ്രഭാകരൻ പഴശ്ശിയുടെ ശിഷ്യനാകാൻ സാധിച്ചതുതന്നെയാണ് എന്റെ പുണ്യം.

മഴയാകാനായില്ല

മഴ നനഞ്ഞ വാഴയാകാനുമായില്ല

വാഴത്തടത്തിലെ ചീരയെങ്കിലും

അതെ, കൊട്, സാറെ. കൈ.

●

തീട്ടം

ഇന്ന്, ഉറാൻപോകുന്ന കുട്ടികളേ ഉള്ളൂ. അതും 'യൂറോപ്യനി'ലേക്ക് ഓ... ഇങ്ങനെയൊന്നും പറയാൻ പാടില്ലല്ലോ. കെട്ടിപ്പൊക്കിയ മാനം ഇടിഞ്ഞുവീണുപോകും.

എന്നാൽ അന്നങ്ങനെയല്ല. ഉറിപ്പോകുന്ന കുട്ടികളായിരുന്നു
ഏറെയും. ട്രൗസറിൽ ഉറല് സാധാരണ കാഴ്ചയായിരുന്നു.
തൊടേന്റെ എടേക്കൂടെ മഞ്ഞച്ചാല് ഒലിച്ചിറങ്ങും.
ചെറിയ സൈസ് കല്ലോ മറ്റോ എടുത്ത് അതങ്ങ് വടിച്ച് കളയും.
പിന്നേം ഒലിച്ചിറങ്ങും. വേറെ കല്ലെടുത്ത് പിന്നേം വടിക്കും.
വെരല്മ്മല് പറ്റീട്ട്ണ്ടോന്ന് മണത്ത് നോക്കും.

ബെഞ്ച്മ്മളുറാത്ത കുട്ടികളില്ല. മയ്യത്ത്കട്ടിലെടുത്ത്
നടക്കുമ്പോലെ അഞ്ചാറ് കുട്ട്യേള് ചേർന്ന്, തീട്ടബെഞ്ച്
ക്ലാസിന്റെപൊറത്ത് കൊണ്ടാവും ചെരിച്ച്കെടത്തി
കുളിപ്പിക്കും. അങ്ങനെ ഒരുപാട്കുളിപ്പിച്ചതുകൊണ്ടാ
പഴയബെഞ്ചിന് ഇത്രമിനുസം. അല്ലാതെ ആശാരിന്റെ

മിടുക്ക് മാത്രമല്ല. ചേരിപ്പാണ്ട്[1] കൊണ്ട്
തേച്ചുകളിപ്പിക്കുന്നത്. ആപ്പീസ് മുറിയിലിരുന്ന്
കണാരൻ മാഷും രോഹിണിടീച്ചറും നോക്ക്ണ്ണ്ടാവും. കാണട്ടെ.

എന്റെ മാഷേ... ഞാനിപ്പോഴും മുന്നിൽ കാണ്വാ...
മൂന്നാംക്ലാസിൽ എന്റെ തൊട്ടുപിന്നിലിരുന്ന ചെക്കൻ
ഉൗറിവച്ച തീട്ടത്തിന്റെ പരിധി! എന്തിനാ മാഷേ
സാന്ദ്രതേം വ്യാസോമൊക്കെ വേറെ പഠിക്ക്ണ്... മുന്നില്
കെടക്ക്വല്ലേ... പായസം കമിഴ്ത്തിയപോലെ.
ദേശീയഗാനത്തിനുതൊട്ടുമുമ്പായിരുന്നു ദഹിക്കാത്ത ആ
മണം വന്നത്. മൂക്കുംപൊത്തിപ്പിടിച്ചാണ് അന്ന് ഞങ്ങൾ
ദേശബോധമുണർത്തിയത്.
ഒടുവിലത്തെ ജയഹേ... യ്ക്കുമുമ്പ് ചെക്കനെ കാണാനുമില്ല.

അന്നത്തെ തീട്ടത്തിന് ഒരുപാട് പ്രത്യേകതകളുണ്ടായിരുന്നു.
ഞേറക്കേന്റ്[2] കാലമായാൽ വയലറ്റ് തീട്ടം.
പുളിയായാൽ പുളിങ്കുരുത്തീട്ടം. മാമ്പഴക്കാലത്ത്
നാരുപടലം പോലെ...
ഇനി മറ്റൊരു കാലമുണ്ട് പ്രസവവേദനക്കാലം
പേടിയാകുംന്ന് പറഞ്ഞാപ്പോര... നെലവിളിച്ചുകൊണ്ടോടി
യിട്ടുണ്ട് പറമ്പ് നെറയെ! ഒന്നൊന്നരയടി നീളത്തിലുണ്ടാവും
മാഷേ... ഇളം റോസ് കളറില്... വലിയ മണ്ണിര സൈസില്...
മൂലത്തിന്ററ്റത്ത് വന്ന് ഇക്കിളിയാക്കും. തൊണ്ടേല് അന്നം

1 ചകരിത്തുണ്ട്
2 ഞാവൽപഴം

കുടുങ്ങിയത് പോലെ. അങ്ങോട്ടുമിങ്ങോട്ടുമില്ലാതെ... മാക്സിമം മണങ്ങി[3] നോക്കും. തൊട്ടുനോക്കാൻ കൈനീളും പക്ഷെ അറപ്പാണ്. ആകെയൊരു ഉളുത്ത്കേറ്റം. ശീതം.

'... പണ്ട് പാലാഴി കടയാനായിട്ട് കയറ് വേണ്ടാന്ന് പറഞ്ഞപ്പം ഗരുഡനാ വാസുകീനെ കൊത്തിപ്പറന്നത്. പറന്ന് പറന്ന് ആകാശത്തോളം പോയിട്ടും വാസുകീന്റെ നിളം പകുതി മുക്കാലും താഴെ കെടക്വ... ശിവ ശിവ...!

മൂലത്തിന് തലവെളിക്കിട്ട് ഇക്കിളിയാക്കുന്ന വെരേനെ അപ്പച്ചപ്പം[4] കൂട്ടി
കണ്ണും ചിമ്മി ഒറ്റ വലിയാ... തുരങ്കം വിട്ട് വെളിച്ചം കാണുന്ന ട്രെയിൽ പോലെ... ഒരു വരവ്! അങ്ങനെ വലിച്ചെടുക്കുമ്പം വാസുകീന്റെ കഥയാ ഓർമ്മവര്വാ... തളർന്ന ഗരുഢനായി ഞാനും

നിനക്കിതൊന്നും ഓർമ്മയില്ലേ...?
അതോ ഇതൊന്നുമില്ലാത്ത 'ഡീസന്റ് ഫെല്ലോ' ആയിരുന്നോ?
എങ്കിൽ മറ്റൊരു കഥപറഞ്ഞുതരാം. അടുത്ത ലക്കത്തിൽ

●

3 കുനിഞ്ഞ്
4 കമ്മ്യൂണിസ്റ്റ് പച്ചയുടെ ഇല

അടിസ്ഥാനപാഠാവലി

ഒമ്പതാംക്ലാസ് മലയാളത്തിൽ ഭക്ഷണത്തെക്കുറിച്ചൊരു പാഠമുണ്ട്. ഒരന്നംപോലും വെറുതെ കളയല്ലേയെന്ന മുന്നറിയിപ്പു തരുന്ന പാഠം വായിച്ചു. കുട്ടികളെക്കൊണ്ട് വായിപ്പിച്ചു. എന്തൊക്കെ മനസ്സിലായി?

മനസ്സിലായി സാർ. 'അന്നത്തിന്റെ വില മനസ്സിലായി സാർ...' അതെ. ഭക്ഷണം, വസ്ത്രം, പാർപ്പിടം, വിശപ്പ്... വിശപ്പിന്റെ കാഠിന്യം... ഒരു നേരത്തെ അന്നത്തിനായി പാടുപെടുന്നവർ... പട്ടിണി... നിലവിളി... അറിവിന്റെ പരമാവധി കെട്ടഴിച്ചുവിട്ടു. അങ്ങനെ കത്തിക്കയറവെ, ഉച്ചച്ചോറിനുള്ള നീണ്ട ബെല്ലടിച്ചു. കുട്ടികൾ ചോറ്റുപാത്രത്തിൽ കൈയിട്ട് പരസ്പരം പങ്കിട്ട് കഴിപ്പുതുടങ്ങിയതേയുള്ളൂ... ബെഞ്ചിലും ഡസ്കിലും തറയിലും അന്നം വാരിയെറിഞ്ഞപ്പോലെ! അത്രയൊന്നും അകലെയല്ലാത്ത സ്റ്റാഫ്റൂമിലിരുന്ന് കഴിച്ചുകൊണ്ടിരുന്ന എന്റെയും സ്ഥിതി ഒട്ടും ഭിന്നമായിരുന്നില്ല. ഇതാണ് ചങ്ങാതീ... ഇന്നത്തെ പഠിപ്പ്! എത്ര മനസ്സിലായാലും മനസ്സിലാകാത്ത പഠിപ്പ്.

●

ഒറപ്പ്

മനസ്സ് മാറ്റാമ്പറ്റില്ല് ആരുടേം
എന്നാലോ മാറ്റമുണ്ടുതാനും
പ്രാഥമിക ആരോഗ്യകേന്ദ്രങ്ങൾ വൃത്തിം വെടിപ്പുമുള്ള
മിനി ആശുപത്രികളായില്ലേ...

ഉസ്കൂള് സ്മാർട്ടായിത്തുടങ്ങി.
കള്ള്ഷാപ്പീന്ന് പഴയ മുയിങ്ങ്മണം പോയിക്കിട്ടി.
പക്ഷേ ഒട്ടുംമാറാത്ത ഒരാളുണ്ട്. ബീവറേജ് ഒട്ട് ലെറ്റ്!
അതിപ്പോഴും പഴയ വേശ്യാലയംപോലെത്തന്നെ;
അളിഞ്ഞ മൂലയിൽ..
അങ്ങോട്ടു ചെല്ലുന്നവർക്കോ മണിക്കൂറുകളോളം
മഴയത്തും വെയിലത്തു ക്യൂ.
കൗണ്ടറിലെത്തിയാൽ വായിൽ തോന്നിയൊരു
പേരുപറയണം. കിട്ടിയതും വാങ്ങി-

പേപ്പർത്തുണ്ടിൽ ചുറ്റി-അല്ലെങ്കിൽ

അരക്കെട്ട് വഴി ജട്ടിക്കുള്ളിൽ

പകുതിയോളം തിരുകിത്താഴ്ത്തി.

അതിലേറെ തലയും താഴ്ത്തി

അവിഹിതം കഴിഞ്ഞിറങ്ങിപ്പോരുന്നവന്റ മട്ട്!

ഇതെന്തേ ഇങ്ങനെ?

സമ്പത്തിന്റെ അടിത്തറതന്നെ ഇവരാണ്.

അങ്ങനെയുള്ള ഇവരോട് നീയിയൊന്നും പുലർത്തണ്ട.

അതൊന്നും നിങ്ങളിൽ നിന്ന് ലവലേശം

പ്രതീക്ഷിക്കുന്നുമില്ല.

ടൂറിസ്റ്റുകളെ കാണുമ്പം എന്തൊരു ഭവ്യതയാണ്..

തലയിലും താഴത്തും വെക്കാതെ

തഴുകിയുറക്കുകയല്ലേ...

അതിന്റെ ഒരരശതമാനമെങ്കിലും..?

ഞങ്ങളിത്രയേ പറയുന്നുള്ളൂ:

വൃത്തിയുള്ളൊരു ഷോറൂം. വിശാലമായ ഇരിപ്പിടങ്ങൾ...

ആർക്കും പോകാം. കുടുംബത്തോടെ സധൈര്യം

കടന്നുചെല്ലാം(ബാലചന്ദ്രമേനോൻ സിനിമപോലെ)

മദ്യം തെറ്റല്ല കുറ്റവുമല്ല. മാന്യമായ രീതിയിൽ

ഉപയോഗിച്ചാൽ സംസ്കാരത്തിന് പുതിയൊരു മുഖം..

പുതുഭാവം..

ഇനിയങ്ങോട്ട് ഇങ്ങനെയൊക്കെ

ചിന്തിക്കുന്നതാണ് നല്ലത്. അല്ലാതെ

മദ്യനിരോധനം-നടക്കില്ലൊരിക്കലും; ഒറപ്പ്!

●

ശവത്തിൽക്കുത്ത്

മദ്യം കഴിഞ്ഞാൽ മലയാളിയുടെ അടുത്ത ഏറ്റവും നല്ലലഹരി മൃതദേഹമാണെന്ന് തോന്നുന്നു. അത് കാണേണ്ടതാമസം ആളാകെമാറും. അടിമുടി ഊർജ്ജസ്വലനാകും. ശരീരം കൊണ്ട് പരമാവധി മനോഹരനാകും. ആ മനോഹാരിത തന്റെ വാക്കുകളിലും സന്നിവേശിപ്പിക്കും. അതുകൊണ്ടാണല്ലോ ഇപ്പോൾ ശ്രദ്ധാഞ്ജലി അനുശോചനം രേഖപ്പെടുത്താത്തത്. അത് പ്രസംഗമായത്... പ്രഭാഷണം പോലെ ചിട്ടവട്ടത്തിലായത്. ഇതിനെയല്ലേ പഴമക്കാർ 'ശവത്തിൽ കുത്തുക' എന്ന് വിശേഷിപ്പിച്ചതും? തിലകന്റെ ദേഹവിയോഗത്തിനുശേഷവും നാം കണ്ടത് മറ്റൊന്നല്ല. തനിക്കുനേരെയുണ്ടായ ഒട്ടുമിക്ക 'പ്രഭാഷണ'ങ്ങളുടെ അന്ത്യത്തിലും അദ്ദേഹത്തിന്റെ ആത്മാവ് കുറിക്കുകൊള്ളും വിധം കാർക്കിച്ചുതുപ്പിക്കാണും, തീർച്ചയായും ആ ഘനഗംഭീര ശബ്ദത്തിൽത്തന്നെ!

•

മേത്തരം രോഗങ്ങൾ

കണ്ണാടിവെള്ളം കൈക്കുമ്പിളിൽ കോരിക്കുടിച്ച് തൃപ്തികൈവരിച്ചവരായിരുന്നു പൂർവികർ. നമ്മളതിനെ 500ന്റെ 1000ത്തിന്റെ ലിറ്റർ ടാങ്കുകളിലാക്കി ബ്ലീച്ചിങ് പൗഡർ കിഴികെട്ടിയിറക്കി. കുഴൽ വഴിയൊഴുക്കി ടാപ്പ് തുറന്ന് ഇരന്നുവാങ്ങും മട്ടിലാക്കി. ദീർഘങ്ങളാം കൈകളാൽ സുഖസുന്ദരമായി ചെയ്തുതീർക്കാവുന്ന ചെറിയകാര്യങ്ങൾക്കു പോലും എത്രയെത്ര ഉപകരണങ്ങളാണ് നാം വാങ്ങിക്കൂട്ടുന്നത്.!

മുറ്റത്തെ തൈത്തെങ്ങിൻ ചോട്ടിലിരുന്ന് പല്ലുതേച്ചും നാക്കുവടിച്ചും തൊണ്ടേല് വിരലിട്ട് പിത്തവെള്ളം ഛർദിച്ചും മുഖം കഴുകി ഉന്മേഷം കൊണ്ടിരുന്നവന്റെ പിൻമുറക്കാർ ഇന്ന്, തീൻമേശയ്ക്ക് തൊട്ടടുത്തു തന്നെയുള്ള വാഷ്ബെയ്സിനിൽ കാർക്കിച്ചുതുപ്പി നുരയും പതയും ഫ്ലഷ് ചെയ്ത് മുഖം കണ്ണാടിക്കുമുന്നിൽ ഇളിച്ചുപിടിക്കുകയാണ്; തിളക്കമാർന്നോ എന്റെ പല്ല്? പുഞ്ചിരി? പരസ്യചിത്രത്തിലെന്ന പോലെ?

ഇരുന്നിടത്തുതന്നെ ഇരുന്ന് വട്ടം കറങ്ങുന്നത് ഉന്നത ജീവിത ലക്ഷണമായി കരുതിപ്പോരുന്ന നമുക്ക് പ്രാർത്ഥിക്കാം ചങ്ങാതീ... മേത്തരം രോഗങ്ങൾക്കായ്!

●

ശാപപ്പെയ്ത്ത്

സ്നേഹമാണഖിലസാരമൂഴിയിൽ... എന്ന് പാടിയതുകൊണ്ടായില്ലല്ലോ. കൊടുക്കണമത് ആവോളം. കുട്ടികളുടെ മനസ്സിൽ കേറിപ്പറ്റണം. അല്ലാത്തപക്ഷം ശപിക്കുമവർ, വെറുക്കുമവർ, നമ്മൾ ചത്ത് മണ്ണടിഞ്ഞാലും ആ ശാപപ്പെയ്ത്ത് തുടരും...

ഉദാഹരണം : ഒമ്പതാം ക്ലാസിൽ മലയാളം പഠിപ്പിച്ച ഒരു മാഷിനെ ഞാനിപ്പോഴും ഈ 50-ാം വയസ്സിലും എത്ര വേണ്ടെന്നു വെച്ചിട്ടും ശപിച്ചുപോകുന്നു. ഊണിലും ഉറക്കത്തിലും വരെ!

●

വീട്ടും കുടിയും

മദ്യപാനത്തോട് കാണിക്കുന്ന ഈ അത്യുത്സാഹം... ആത്മാർത്ഥത... ഉദാരത... അതീവ താത്പര്യം... അതേപടി വേണ്ട, അതിന്റെ ആയിരത്തിലൊരംശം വീടിനോട് കാണിച്ചിരുന്നെങ്കിൽ അച്ഛാ... ഞാനും എന്റെ പൊന്നനിയത്തിയും പിന്നെ എല്ലാം വലിച്ചെറിഞ്ഞ് ഇറങ്ങിപ്പോയ അമ്മയും എന്തുമാത്രം ആഹ്ലാദിച്ചേനെ; എൽ.ഐ.സി. പരസ്യപ്പലകയിലെ കുടുംബംപോലെ!

●

കള്ളത്തരം

അച്ഛന്റെ ട്രൗസറിന്റെ കീശയിൽ
പലചരക്കുകടയിലെ അക്കൗണ്ട് ബുക്ക്,
അതിനകത്ത് കുറേ കടലാസുതുണ്ട്.
ടൗൺ ബസ്സ്ടിക്കറ്റ്... കീശമൂലയിൽ
ഞാന്നുകിടക്കുന്ന നാണയത്തുട്ടുകൾ...
പിന്നെ അഞ്ചിന്റേം പത്തിന്റേം നോട്ടുകൾ.
നൂറിന്റെ നോട്ട് അപൂർവ്വക്കാഴ്ച്ചകളായിരുന്നു.
അച്ഛൻ കുളിമുറിയിൽകേറി കൊളുത്തിട്ട്
തലവഴി വെള്ളമൊഴിക്കുന്ന ഒച്ച
കേൾക്കുമ്പോഴാണ് ഞാൻ പതുങ്ങിച്ചെല്ലുക.
എൽ.പി. ക്ലാസിൽ തുടങ്ങിയ ഈ ശീലം
അച്ഛന്റെ അന്ത്യശ്വാസത്തിനു
തൊട്ടുമുമ്പുവരെ ഞാൻ തുടർന്നു
തീർച്ചയായും എന്റെ അന്നത്തെ
എല്ലാം കള്ളത്തരങ്ങളും സമയാസമയം
അച്ഛനറിഞ്ഞുകാണും, ഇപ്പോൾ
ഞാൻ മകനെ അറിയുന്നതുപോലെ!

●

സമ്മതിക്കില്ല

നാട്ടിലുള്ള സ്ഥലത്ത് ഒരു ഓലപ്പുരയുണ്ടാക്കണംന്ന് പൂതീണ്ട് പക്ഷെ -സമ്മതിക്കുള്ളല്ലാ- കെട്ട്യോളം കുട്ട്യോളും മാത്രമല്ല, നാട്ടാരും എടപെട്ട്- എന്നെ ചങ്ങലക്കിട്ട് പൂട്ടിക്കളയും.

●

പഴഞ്ചൊൽപ്പാഠങ്ങൾ

നാടോടുമ്പോൾ നടുവേ ഓടിത്തളരേണ്ടവനല്ല-
സ്വല്പം സൈഡ് മാറി, നോക്കീം കണ്ടും
നടക്കേണ്ടവനാണ് മാഷ്
എല്ലാവരും ചേരയെ തിന്നുതു കാണുമ്പം
ആക്രാന്തം മൂത്ത് നടുക്കണ്ടത്തിനു വേണ്ടി
വാശിപിടിക്കേണ്ടവനുമല്ല
ആരാന്റെ അരമുറത്തിൽ കയറി ചിക്കിച്ചികഞ്ഞു
ശീലിച്ച നിനക്ക് ഇജ്ജന്മത്തിലെന്നല്ല,
ഒരു ജന്മത്തിലും കാണാനൊക്കില്ല
അവനവന്റെ ഒരു മുറത്തെ!

●

വിശുദ്ധ തൈലം

'അസൂയയ്ക്കും കഷണ്ടിക്കും മരുന്നില്ല' എന്ന് കോപ്പിവരയിലെഴുതി പഠിക്കുന്ന കാലത്തുതന്നെ നീലിഭൃംഗാദികേശതൈലം വിപണിയിലിറങ്ങിക്കഴിഞ്ഞിരുന്നു: ഒറിജിനലും ഡ്യൂപ്ലിക്കേറ്റും.

ശേഷം, ഇന്നോളം എത്രയെത്ര തൈലങ്ങൾ മലയാളി [illegible] ചെളിമണ്ടയിൽ വാരിത്തേച്ചു.

എന്നിട്ടും ഇപ്പോഴും-ഒരാഴ്ചകൊണ്ടും 14 ദിവസം കൊണ്ടും ഫലമറിയുന്ന എണ്ണയിൽ വഴുക്കി വീഴുകയാണല്ലോ ഈശ്വരാ... ഇതെന്തൊരു ബുദ്ധി!

●

തമ്പ്രാക്കായ നമഃ

വാവാ സുരേഷിനോട് പറഞ്ഞാമതി,

മൂർഖനെ കിട്ടും... കരിമൂർഖൻ തന്നെയായിക്കോട്ടെ

ക്കേറിച്ചെല്ലുമ്പം കാണും പാകത്തിൽ

ചില്ലുപെട്ടിയിലിട്ടുവെക്കണം.

അപ്പെട്ടീമ്മല് ഇപ്രകാരം എഴുതീം വെക്കണം;

'രെവീനെ കടിച്ച പാമ്പ്'

കാണട്ടെ കണ്ട് സായൂജ്യമടയട്ടെ..

ഇനിയൊരുപക്ഷേ സന്ദർശകരിൽ

ഭക്തശിരോമണികളുണ്ടെങ്കിലോ?

നൂറും പാലും നൽകി തൊഴുതു മടങ്ങുകയുമാകാം.

സ്വസ്തി..

●

പാടിയതിൻ പൊരുൾ

രാമായണം സീരിയലായതോടെ സന്ധ്യാവിളക്കുവെച്ച് രാമ-രാമ... ജപിക്കുമ്പോൾ മനസ്സിൽ കിട്ടിയിരുന്ന ശ്രീരാമൻ ചത്തുപോയി. ചത്തുപോയി എന്നു പറഞ്ഞാൽ പോരാ. കുഴിച്ചിട്ട സ്ഥലം പോലും എവിടെയെന്ന് പിടിയില്ല. അതേ ഗതികേടാണ് മലയാളപദ്യപാരായണവും ഇന്ന് അനുഭവിക്കുന്നത്. പദ്യം കവിതയായി. പിന്നെ കാസറ്റായി, കച്ചവടവുമായി...' ... ഞാനാണ് ഭ്രാന്തൻ...' എന്ന ഘനഗംഭീരസുന്ദരശബ്ദത്തിലൂടെ പിന്നെയത് നാട്ടിൽപ്പാട്ടായി. മറുനാട്ടിലും പാട്ടായി. അതോടെ പദ്യത്തിന്റെ ചാവ ടിയന്തിരവും കഴിഞ്ഞു. ഇനിയിപ്പം ഡോക്ടറേ എന്താണൊരുവഴി? ആലോചിച്ചിട്ട് എനിക്കൊരുപിടിയും കിട്ടുന്നില്ല.

വാൽക്കഷ്ണം : ഇക്കുറി ഞങ്ങളുടെ സ്കൂളിൽ മാപ്പിളപ്പാട്ട് മത്സര ത്തിന് 'ഫാത്തിമാ...' പാടിയ ജംഷീറിനായിരുന്നു ഫസ്റ്റ് 'എ' ഗ്രേഡ്. മോയിൻ കുട്ടി വൈദ്യർ ഔട്ട്!

●

ഭാഷപ്പന

പനപോലെ എക്കാലവും തല ഉയർത്തിപ്പിടിച്ച്
വളർന്നു നിൽക്കേണ്ടവരാണ് നമ്മൾ,
ദുഷ്ടരായിട്ടല്ല ശിഷ്ടരായിട്ട്.
ശിഷ്ടരാവുക എന്നു പറഞ്ഞാൽ
ബാക്കിയാവുക എന്നൊരർത്ഥവുമുണ്ട്. ശേഷിപ്പ്.
വരും തലമുറക്ക് വല്ലതും ബാക്കിവെച്ചുകൊണ്ടുള്ള
യാത്രയായിമാറുമ്പോഴാണല്ലോ ജീവിതം
കൂടുതൽ കൂടുതൽ അർത്ഥവത്താകുക...
ആരുറപ്പുണ്ടാവുക.
ഇത് ഭാഷയാകുന്ന പന. ഇതിന്റെ
എണ്ണമറ്റവേരുകൾ തലമുറകളിൽ നിന്ന്
തലമുറകളിലേക്ക് പടർന്നുപിടിച്ചിരിക്കുന്നു..
അഥവാ ഊന്നിപ്പടർന്നിരിക്കുന്നു.
ഇതിന്റെ ഒരു വേരും അപ്രധാനമല്ല.
കാരണം വൈവിധ്യമാർന്ന ഈ പടർപ്പ്
തന്നെയാണല്ലോ ഭാഷാഭേദങ്ങൾ!

●

ടിപ്പ്

എട്ട്-ജി യിലെ ഒന്നും മിണ്ടാത്ത മണികണ്ഠന്റെ അടുത്തുചെന്നിരുന്ന് ഞാൻ വീടും വീട്ടുകാര്യങ്ങളും തിരക്കി. അവൻ ആദ്യം വിട്ടുതന്നില്ല. പിന്നെയെങ്ങനെയോ വാചാലനായി

'അമ്മയില്ല മാഷേ'

എവിടെപ്പോയി?

'ചത്തുപോയി'

എന്ത്?

'അച്ഛനടിച്ചുകൊന്നു'

പിന്നൊന്നും ചോദിക്കാൻ തോന്നിയില്ല. അപ്പോൾ മണികണ്ഠൻ എന്നോട്: 'മാഷേ...മാഷ് കഴിഞ്ഞ ഞായറാഴ്ച കൈരളീല് പോയിരുന്നു...ല്ലേ?'

ഞാൻ പതറി.

'അത് നീയെങ്ങനറിഞ്ഞു?'

'അവിടെയാ എന്റെ ഏട്ടന് പണി'

മണികണ്ഠന്റെ ജ്യേഷ്ഠൻ കൈരളി ബാറിൽ സപ്ലയറാണ്.

●

അകവാക്ക്

നാക്ക്-നാനാരുചിഭേദങ്ങളെ തൊട്ടനുഭവിപ്പിക്കുമ്പോലെ
വാക്ക്- മനസ്സെന്ന മഹാപ്രപഞ്ചത്തിലേക്ക്
നമ്മെ പിടിച്ചുവലിച്ച്കൊണ്ടുപോകും.
ആ തനിയാത്രയിൽ
ഉള്ളറയുടെ ഉള്ളുകള്ളികൾ
ഒന്നൊന്നായ് തെളിയുകയായി..
കാരിരുമ്പ് ചുട്ടുപഴുത്തലോഹപ്പഴമായ്
അകപ്പൊരുൾത്തെളിമ കാട്ടിത്തരുമ്പോൾ
തൊട്ടുനോക്കാനാകില്ലെങ്കിലും
ഉറ്റുനോക്കാതിരിക്കുവതെങ്ങനെ?
ആരാണാവോ ഇവ്വിധം ശ്വാസം വിടാതെ
ഉലയൂതിക്കൊണ്ടിരിക്കുന്നത്!

●

അണ്ണാറക്കണ്ണാ... തന്നാലായത്

ജീവിതയാത്രയിൽ എപ്പോഴും ഒരു തുണിസഞ്ചി കരുതുക, അത്രയ്ക്ക് പ്ലാസ്റ്റിക്ക് കവറിന്റെ എണ്ണം കുറയ്ക്കാലോ, കുടിച്ചു വറ്റിച്ച ബിവറേജ് കുപ്പികൾ ഓടയിൽ വലിച്ചെറിയാതെ വീട്ടിൽ കൊണ്ടുപോയി പമ്പ്ഹൗസിലോ വിറകുപുരയിലോ മറ്റോ കുന്ന കൂട്ടിയിടുക. വിവരം ആക്രിക്കടക്കാരനെ അറിയിച്ചാമതി, വന്ന് എടുത്തുകൊണ്ടുപോയ്ക്കോളും. ഇനി ആ വൃത്തികെട്ട ഇറച്ചിക്കോഴിയെ ക്കൂടി ഒഴിവാക്കാനായാൽ ചങ്ങാതീ... നീ മുക്തനായി, മാലിന്യമുക്ത കേരളീയൻ!

•

ഉസ്കൂളോർമ്മ

അവിടെയുണ്ട് അച്ഛൻ, അമ്മ
ഇവിടെയുണ്ട് മാഷും ടീച്ചറും
അവിടെയൊരു കളിമുറ്റം
ഇവിടെയോ കളിക്കളം
അവിടെ ഒന്നോരണ്ടോ മുറി
ഇവിടെയെങ്ങും മുറികൾ
അവിടെയുണ്ടല്ലോ അടുക്കള
ഇവിടെയിതാ കഞ്ഞിപ്പുര
പിന്നെന്ത് വ്യത്യാസം, വീടും വിദ്യാലയവും?
വീട്ടിലേ ഉറങ്ങൂ...
വിദ്യാലയത്തിലേ ഉണരൂ..
അതെ, ഉണർവ്വിന്റെ ഇടമാണിത്.
നമ്മുടെ പ്രവൃത്തിദിനങ്ങളെല്ലാം
ഉദയാസ്തമയത്തിനിടയിലാണ്.
വെളിച്ചത്തിലാണ് ജീവന്റെ വളർച്ച
ജീവിക്കണമെങ്കിൽ ശ്വസിക്കേണ്ടേ?
അപ്പോൾ നമ്മുടെ ശ്വാസത്തിന്റെ നല്ലപങ്ക്

തങ്ങിനിൽക്കുന്നതിവിടെ.
ഇനി പറയൂ വൃത്തീം വെടിപ്പും
സ്വന്തം വീട്ടിൽ മാത്രം
തങ്ങിനിന്നാൽ മതിയോ?

●

ചങ്ങാതീ...
പതുക്കെ പോകൂ...

ബൈക്കുണ്ടോ? എങ്കിൽ ഒരെല്ലുപൊട്ടലുണ്ട്. പ്ലാസ്റ്ററിട്ട കിടപ്പുണ്ട്. നട്ടും ബോൾട്ടുമിട്ട കൈകാലുകളുണ്ട്.

ചത്തുജീവിക്കുന്ന(കോമ)വരുടെ എണ്ണത്തിലും

നല്ല വർധനയുണ്ട്. സംശയിച്ചുപോകുന്നു,

ബൈക്കു കമ്പനിക്കാരനും സൂപ്പർ സ്പെഷാലിറ്റിക്കാരനും

തമ്മിൽ എന്തെങ്കിലും രഹസ്യക്കരാറിൽ ഒപ്പുവെച്ചിട്ടുണ്ടാകുമോ?

മനസ്സടക്കം

ഇറങ്ങേണ്ടിടം എത്താറായെന്നറിഞ്ഞപ്പോ
(എടപ്പാൾ പോസ്റ്റോഫീസ് കണ്ണിൽപെട്ടിരുന്നു)
അടുത്തിരുന്നാളോട് എടപ്പാൾ ഹോസ്പിറ്റൽ
എവിടെയാണെന്ന് ചോദിച്ചു. അയാൾ ഒരൊഴുക്കൻ
മട്ടിൽ എന്തൊക്കെയോ പറഞ്ഞു. ഒരു പിടീം കിട്ടീല്ല.
പിന്നൊന്നും ചോദിച്ചുമില്ല.
ബസ്സിറങ്ങി. ഒന്നുപരുങ്ങി. എന്താന്നറിയില്ല.
ആകെയൊരു വെപ്രാളം. എത്രേം പെട്ടെന്ന്
ഓട്ടോ പിടിച്ചേ പറ്റൂ.
അപ്പോഴതാ പിറകിൽ നിന്നൊരു വിളി. തിരിഞ്ഞപ്പോൾ,
നേരത്തെ അടുത്തിരുന്നയാൾ, ഒരു
നിത്യപരിചയക്കാരനെപ്പോലെ എന്റെ കൈക്ക്
പിടിച്ച് രണ്ടുമൂന്നടി മുന്നോട്ട് നടന്ന്... ദൂരെ ചൂണ്ടി
'ആതാ... ആ മരം കാണുന്നില്ലേ... അവിടെ
എത്തിയാൽ ഇടത്തോട്ടൊരുകട്ട്. ചെറിയകേറ്റം.
അതുതന്നെ, ഓട്ടോ ഒന്നും പിടിക്കേണ്ട'
അല്പം മുമ്പ് അഴകൊഴാ പറഞ്ഞയാളാണോ ഇത്?

എത്ര വ്യക്തമായിട്ടാണ് ഇപ്പോളെനിക്ക്
വഴികാട്ടിയായത്!
എന്റെ നന്ദിപറച്ചിലിനൊന്നും കാത്തുനിൽക്കാതെ
അയാൾ ആൾത്തിരക്കിലേക്ക് ലയിച്ചു.
ഞാൻ വാ പൊളിച്ചു.
ചിലരങ്ങനെയാ എളുപ്പത്തിലൊന്നും
പിടിതരില്ല. ചെയ്യേണ്ടത് ചെയ്യേണ്ടതുപോലെ
ചെയ്തുതീർത്തില്ലെങ്കിലോ മനസ്സൊട്ടടങ്ങുകയുമില്ല.

●

ഉരുണ്ടുകളി

കാശുകൊടുത്ത് കുപ്പിവെള്ളം വാങ്ങിക്കുന്നത് ഇന്ന് പലർക്കും ഒരു സ്റ്റൈലാണ്. അല്ലാതെ ദാഹം തീർക്കലൊന്നുമല്ല ഉദ്ദേശ്യം. എതിരെ ഇരിക്കുന്നവനെ കാണിച്ചുകൊണ്ട് അതിന്റെ സീലുപൊട്ടിച്ച് സിപ്പ് സിപ്പായി... എന്നിട്ട് കാലിയാകും മുമ്പ് വലിച്ചോരേറും! അപ്പോൾപ്പിന്നെ നീ അനുഭവിച്ചുതന്നെയാകണം. കുപ്പിവെള്ളത്തിന് വില ഇനീം കേറും, കേറണം.

അല്ല ചങ്ങാതീ... പുറപ്പെടും മുമ്പ് അവനവന്റെ ബാഗിൽ ഒരു കുപ്പി വെള്ളമെടുത്തുവെക്കാനെന്താണിത്ര മടി? അങ്ങനെ കരുതിയിരുന്നെങ്കിൽ ഇക്കണ്ട പ്ലാറ്റ്ഫോമിലും ട്രാക്കിലും റെയിൽപ്പാളത്തിലുടനീളവും ഇത്രയധികം പ്ലാസ്റ്റിക് ബോട്ടിൽ തലങ്ങും വെലങ്ങും ഉരുണ്ടുകളിക്കുമോ? ചുളുങ്ങിക്കിടക്കുമായിരുന്നോ?

സകല വൃത്തികേടും നമുക്കിങ്ങനെ ചെയ്തുകൊണ്ടേയിരിക്കാം. എന്നിട്ട്, കുറ്റം മുഴുവൻ സർക്കാരിന്റെ തലേലും!.

●

കേരള ചാരിത്ര്യം

മുട്ടിച്ചുവെക്കാം മൂത്രത്തെ, വേണ്ടിവന്നാൽ
മണിക്കൂറുകളോളം, പക്ഷേ ഝറാമ്മുട്ട്യാ രക്ഷയില്ല.
അത്തരം സന്ദിഗ്ദ്ധഘട്ടങ്ങളിലാണ്
ഞാൻ അവളോട് ഇപ്രകാരം പറയുക:
'ഒന്നു ഗുരുവായൂർക്ക് പോയിട്ടുവരാം... നീ
രണ്ടൂസം വീട്ടിപ്പൊക്കോ.'
രോഗി ഇച്ഛിച്ചതും വൈദ്യൻ കല്പിച്ചതും
എന്ന മട്ടിൽ അവളപ്പോൾ തുള്ളിച്ചാടും,
മനസ്സുകൊണ്ടാണെന്നുമാത്രം.

ഗുരുവായൂർ ലോഡ്ജ് കേറും മുമ്പ്-
എന്റെ വിലപിടിച്ച പേഴ്സിന്റെ
ഉള്ളറയിൽ നിരോധില്ലേയെന്ന്
ഒന്നുകൂടി ഉറപ്പുവരുത്തി, ഉണ്ട്...
കോണ്ടം, അതല്ലേ എല്ലാം!

കളികഴിഞ്ഞു, ആട്ടവിളക്കും കെടുത്തി.

നാട്ടിലേക്കുള്ള ബസ്സിലിരിക്കുമ്പോൾ
തലേ രാത്രിയെ നന്നായൊന്നയവെട്ടി,
നൊട്ടിനുണഞ്ഞു. പിന്നെ ചെറുതായൊരു
മയക്കവും.

വീട്ടിലെത്തിയാൽ യഥാക്രമം ചെയ്യേണ്ട
കാര്യങ്ങളെ പട്ടികപ്പെടുത്തി.
ഡ്രസ്സ് ചെയ്ഞ്ച് ചെയ്യാനായിരിക്കും
എന്ന ധാരണ വരുത്തി അകത്തുചെന്ന്
വേഗം തന്നെ വാതിലടച്ചു കുറ്റിയിട്ടു.
ബാഗിലെ വിഴുപ്പുമുഴുവൻ കിടക്കയിൽ
കുടഞ്ഞിട്ടശേഷം ഒന്നൊന്നായി
തിരിച്ചും മറിച്ചും-മിടുമിടുക്കൻ
പോലീസ് നായയെപ്പോലെ മൂക്കുകൊണ്ട്
ചിക്കിച്ചികഞ്ഞ്-
എല്ലാം ഓക്കെ ആയശേഷം മാത്രമേ
ടവർബോൾട്ട് താഴ്ത്താവൂ.

ഇനി നന്നായൊന്ന് സോപ്പ് തേച്ച്
പതപ്പിച്ച് പാപമെല്ലാം കളഞ്ഞ്
തികഞ്ഞ കുടുംബനാഥനായി
ഡൈനിംങ് ടേബിളിൽ ഇടതുകൈവെച്ച്
അല്പമൊന്നു മുന്നോട്ടാഞ്ഞ്
അവൾ വിളമ്പിയത് (എത്രതീട്ടം പോലുള്ളതാണെങ്കിലും)
അതീവരുചിഭാവിച്ച് കഴിപ്പ് തുടങ്ങണം,
അപ്പോൾ തീർച്ചയായും
പണ്ടാരക്കാലന്റെ തൊണ്ടക്ക് കുടുങ്ങാതിരിപ്പാൻ
തക്കസമയം അവൾ അരികിലെത്തും,

ഒരു ഗ്ലാസ് കണ്ണാടിവെള്ളവുമായി.
സ്ലോമോഷനിൽ... വിശുദ്ധിയുടെ പ്രതിചിത്രം പോലെ...
ആദ്യരാത്രിപ്പെണ്ണിനെപ്പോലെ...

എവിടുന്നുകിട്ടി ഇവൾക്ക് ഇത്രയധികം നാണം?
ഒടുവിൽ രണ്ടുവിരലുകൾ കൂട്ടിമുട്ടുമ്പോൾ
'ഗുരുവായൂരപ്പാ... ചതിക്കല്ലേ...'
ഇരുവരും ചങ്കിടിപ്പോടെ ഒരേസമയം പ്രാർത്ഥിച്ചു പോകും...
ഇതി കേരളചാരിത്ര്യം സമാപ്തം.

●

പാട്ടോർമ്മ

പൊട്ടിക്കത്തുന്ന ഉച്ചവെയിലിലൂടെ ഏന്തിവലിഞ്ഞ്
നടക്കുകയായിരുന്നു ചങ്ങാതിയും ഞാനും
എത്രയും പെട്ടെന്ന് തണൽപറ്റണം, പറ്റിയേ
പറ്റൂ. ഒന്നുകൂടി വേഗംകൂട്ടി.
നാട്ടിലിപ്പോ പ്രത്യേകിച്ചൊന്നും കാൺമാനും
കേൾപ്പാനുമില്ലല്ലോ. തലതാഴ്ത്തിത്തന്നെ നടന്നു.
നിരയായ് നിർത്തിയിട്ട ഓട്ടോറിക്ഷകളുടെ
അരത്തണൽപറ്റി നടത്തം തുടരവേ...
അല്പം കുനിഞ്ഞ്. പിന്നെയൊന്ന് നിവർന്ന്.
ചാഞ്ഞ്... ചെരിഞ്ഞ്... ഇതുവരെ കാണാത്ത

ഏതോ ഒരു നൃത്തച്ചുവടുപോലെ അവൾ
എന്റെ തൊട്ടുമുമ്പിൽ ഒഴുകിവന്നെത്തി
ആ തിരത്തള്ളലിൽ തെളിഞ്ഞുകണ്ടു ഞാൻ
വിരിഞ്ഞ ചിരി, അതിലേറെ പരിചിതമായ
വിടർന്ന കണ്ണുകൾ,.

'മാഷേ... മറന്നുവോ?
പണ്ട് പത്ത്'ജി' യിൽ പഠിച്ച
ഏറ്റവും ബേക്ബെഞ്ചിലെ...'
മുന്നോട്ടും പിന്നോട്ടും പോകാനാകാവിധം
വലഞ്ഞു. വലയത്തിലകപ്പെട്ടു.
എത്ര പെട്ടെന്നാണ് ഉച്ചവെയിൽ
വെള്ളിനിലാവായ് ഞങ്ങൾക്കു മീതെ
പൂത്തുലഞ്ഞത്!

തൊട്ടരികിലെ ചങ്ങാതിയെ... ധൃതിപിടിച്ച
അങ്ങാടിയെ... ഒക്കെയും മറന്നുപോയി.
നടുറോട്ടിലല്ല, 26 വർഷം പഴക്കമുള്ള
'10 –ജി' യിലാണ് ഞാനിപ്പോൾ എത്തിനിൽക്കുന്നത്.
എന്റെ ഇടത് ആൺകുട്ടികൾ, വലംവശം
പെൺകുട്ടികളും, അതിൽത്തന്നെ
ഏറ്റവും പിറകിലെ അങ്ങേയറ്റത്ത്-
ശ്രദ്ധയൊന്നു തെറ്റിയാൽ വീണുപോം മട്ടിൽ-
ക്കുനിപ്പിടിച്ചിരിക്കുന്ന ഷക്കീലാബാവും
നടുറോട്ടിൽ നിന്നുകൊണ്ട് നാടകം പോലെ
കാണുകയാണ് ഞാൻ, വർഷങ്ങൾക്കപ്പുറത്തുള്ളൊരു
ക്ലാസ് മുറി!
'ന്നാലും മാഷിന്റെ ഇ... ന്ദു...ലേ...ഖാ...
മറക്കാമ്പറ്റ്ന്നില്ല മാഷേ...'
ഷക്കീലാബാനു യാചിക്കുകയായിരുന്നു.
കാലം വരുത്തിത്തീർത്ത മാറ്റങ്ങളാൽ
ഒരുപാട് തടിച്ചുപോയ ആ ശരീരത്തിൽ
നിന്നും '10 ജി'യിലെ തട്ടമിട്ട പെൺകുട്ടി

ഒരു പൂമ്പാറ്റച്ചിറകടിപോലെ എന്റെ
മുഖത്തു വന്ന് തട്ടി. പിന്നെയും പിന്നെയും
തട്ടിയുണർത്തി:
'പാട് മാഷേ... അപ്പാട്ട്
ഒന്നു പാടൂ...'

'എവിടെ സ്വർഗ്ഗകന്യകൾ...
എവിടെ സ്വർണ്ണച്ചാമരങ്ങൾ..
ആയിരം ജ്വാലാമുഖങ്ങളായ്.
ആതിരരജനി അണിഞ്ഞൊരുങ്ങി.
ഇന്ദുലേഖ... കൺതുറന്നു.
ഇന്നു രാവും... സാന്ദ്രമായി...'

പരിസരം മറന്ന് ഞാൻ പാടി,
ഏകദേശംഅത് മുഴുവനും പാടി,
വെള്ളിനിലാവിന് സ്വർണ്ണനിറം?
ചങ്ങാതി അന്തംവിട്ടു. അങ്ങാടിയിലെ
പലകണ്ണുകളും നട്ടുച്ചപ്പാട്ടിലേക്ക്
ഏന്തിനോക്കി. പാടുന്ന എനിക്കോ
കേട്ടുകൊണ്ടിരുന്നവർക്കോ ഒരു പിടിയും
കിട്ടുന്നില്ല.

സ്വപ്നമോ യഥാർത്ഥമോ? എന്താണിത്?
പിരിച്ചെടുക്കാനാകാത്തവിധം
കൂടിക്കുഴഞ്ഞുപോയ നിമിഷങ്ങൾ...
അതിധന്യമുഹൂർത്തങ്ങൾ. ജീവിതം
അർത്ഥവത്താകുന്നതിന്റെ അടയാളങ്ങൾ...

‘ഷക്കീലേ... നീയിപ്പോ, എവിടെയാ...?
ഒന്നും പറേണ്ട മാഷേ...
‘മക്കളൊക്കെ?
ഒന്നേയുള്ളൂ ഡിഗ്രി കഴിഞ്ഞു;
കല്ല്യാണോം.’

പാട്ടിനുശേഷം പരസ്പരം എന്തൊക്കെയോ
ചേദിച്ചറിഞ്ഞെങ്കിലും
ഓർമ്മയിലൊന്നും തങ്ങിനിന്നില്ല.
കാലമെത്ര കഴിഞ്ഞാലും കൊഴിഞ്ഞാലും
‘ഇന്ദുലേഖ’യിൽ ആ ഒരൊറ്റപ്പാട്ടിൽ
എന്നെയപ്പാടെ ഒളിപ്പിച്ചുവെച്ച
ഷക്കീലാബാന്വ...
പകരം നൽകാൻ
പാട്ടല്ലാതെ മറ്റെന്തുണ്ട്?

●

സഹനം

പൊരക്ക് ചാഞ്ഞ തെങ്ങിനെ വലിച്ചുകെട്ടാൻ
മരം മുറിക്കാരൻ നാരാണേട്ടനോട് ചെന്നുപറഞ്ഞു.
മൊബൈലില്ലാത്തതുകൊണ്ട് വാക്കുപാലിക്കുന്ന
നാരാണേട്ടൻ [illegible] കമ്പിയും കപ്പിയുമായി
ഹെർക്കുലീസിൽ മുറ്റത്തെത്തി, സ്റ്റാന്റിലിട്ടു.

ചാഞ്ഞ തെങ്ങിനെ ചാഞ്ഞും ചെരിഞ്ഞും നോക്കിയ
നാരാണേട്ടൻ, അമ്മവെച്ചു നീട്ടിയ കട്ടൻ കാപ്പിക്കുപോലും
നോട്ടംകൊടുക്കാതെ കമ്പിച്ചുരുളുമായി
കാൽത്തളയോ കൈത്തളയോ ഇല്ലാതെ
മസിൽത്തുടിപ്പോടെ ആകാശത്തിലേക്ക്
നൃത്തം ചെയ്തു കയറി.

കമ്പി വലിച്ചുകെട്ടിയത് തെക്കേപ്പുറത്തെ
മുത്തശ്ശിപ്ലാവിന്റെ കടയ്ക്കലായിരുന്നു. പൊറ്റയടർന്ന
പ്ലാത്തടിയെ ഒന്നുതൊട്ടുഴിഞ്ഞശേഷം
നാരാണേട്ടൻ പറമ്പാകെ പരതി നടന്നു.

മണ്ണിൽ പുതഞ്ഞ-വാറുപൊട്ടിയ –നാലഞ്ച് ഹവായ്
ചെരുപ്പുമായി വീണ്ടും പ്ലാച്ചോട്ടിലെത്തിയ
നാരാണേട്ടൻ ഓരോ ചെരുപ്പും രണ്ടായ് മടക്കി,
ചുറ്റിക്കെട്ടിയ കമ്പിക്കടിയിൽ തിരുകിക്കയറ്റി.

ഞാനാ ചെരുപ്പ്തന്നെ നോക്കി. അതിലൊന്ന്
അച്ഛന്റെതായിരുന്നു.
ഓരോ വലിഞ്ഞുമുറുകലിലും തെങ്ങിൻതല
നിവർന്നു നിവർന്നു വരുമ്പോൾ-
മുത്തശ്ശിപ്ലാവിനെ ഒട്ടും നോവിക്കാത്ത തരത്തിൽ
തിങ്ങിഞെരിയുകയായിരുന്നു,
പാവം അച്ഛന്റെ ചെരുപ്പ്!

●